Bên Kia Bến Đỗ

Vinh Q. Tang

Hình bìa và các bức minh họa trong sách do Giáo sư Võ Văn Trương vẽ tặng '***Bên Kia Bến Đỗ***'.

Copyright © 2021 Vinh Quyen Tang
Ottawa, Ontario. Canada
Email: vinhqtang@yahoo.com
Website: vinhqtang.com

ISBN 978-1-7773500-1-7

Nghĩa Lan Nhân

Cảm tạ

Trước, xin được chân thành cám ơn hai ông bạn từng làm báo cộng đồng chung ngày nào, giờ vẫn chẳng ngại ra tay góp sức với **Bên Kia Bến Đỗ**. Anh Dương Quý Thường giúp thiết kế bố cục và trình bày từng trang sách cho thích hợp và bắt mắt. Còn ông anh Trịnh Vũ Điệp là một huynh trưởng "Hướng Đạo Trưởng Niên" mà qua các sinh hoạt cộng đồng tôi có cảm tưởng anh là hiện thân của Luật thứ 10 của Hướng đạo: '*Hướng Đạo Sinh trong sạch trong tư tưởng, lời nói và việc làm.*' Anh đã cất công đọc bản sách điện tử và cặm cụi gõ vài dòng khích lệ cùng ... che chắn cho *mầm non!* Anh viết: '*Bạn đọc ở lứa tuổi bảy, tám "bó" sẽ thấy lại một phần đời của mình qua "Bên kia Bến Đỗ", hẳn lòng không khỏi bồi hồi khi những kỷ niệm xưa của một thời chạy giặc đang hiện về và cảm khái khi hồi tưởng lại những bạn cùng thời nay đã kẻ còn người khuất... Xin hãy để cho những tình cảm tuôn trào như nước cuốn xuôi dòng. Chớ có phân tích hay phê phán này nọ mà mất vui...nhá!*'

Kế, xin dành đôi lời cám ơn anh Trương, người bạn ... giang hồ. Không giang hồ sao người Taberd, kẻ Pétrus Ký sau hơn nửa thế kỷ rời ghế nhà trường trung học với biết bao vật đổi sao dời, lại có thể không hẹn mà gặp trên các trang **Bên Kia Bến Đỗ** nơi đất khách quê người. Anh Võ Văn Trương, cựu Phó Viện trưởng Viện Đại học Concordia, Montréal, Canada, là người nặng lòng với nhiều công việc thiện nguyện, từ hỗ trợ các sinh hoạt bảo tồn và phát huy nghệ thuật sân khấu cổ truyền, tới vận động giúp đỡ các bạn trẻ lâm cảnh khó khăn được tiếp tục việc học tới nơi tới chốn. Thật hân hạnh được anh đến với **Bên Kia Bến Đỗ** trong vai trò một người họa sĩ *tài hoa*, vẽ tặng hình bìa và các bức tranh minh họa đầy giá trị và ý nghĩa bên trong. Ân tình này của anh và chị Mỹ-Liên, vợ chồng tôi xin được ghi tạc trong lòng.

Sau cùng, quan trọng không kém, xin được nhắc đến các đóng góp sửa lỗi chánh tả của anh Trần Lương Ngọc, mà tôi tin đã làm tăng giá trị của sách gấp bội, nếu sách có chút giá trị nào. Thành thật cám ơn nghĩa cử nâng đỡ và những lời khích lệ của anh Ngọc cùng những đóng góp quý báu của anh Thưởng và quý anh chị khác trong cộng đồng. Dù may mắn được quý anh chị góp sức mong cho sách đến tay độc giả được *chỉnh tề* hơn, nhưng với một cây viết tay ngang, như tác giả, khó tránh khỏi còn nhiều sơ suất và lỗi lầm đâu đó, xin quý độc giả niệm tình bỏ qua. Thành thật cám ơn.

Tăng Quyền Vinh
[Ghi chú: Sách được in sau khi đã hiệu đính bản điện tử ra mắt năm 2020.]

Mục lục

Lời tựa 1
Chương 1: Hoa Trôi Giữa Dòng 3
Chương 2: Giông Tố Bên Mồ 35
Chương 3 : Người Mẹ Bất Đắc Dĩ 54
Chương 4 : Nổi Trôi Dòng Đời 62
Chương 5: Xóm Cây Lý 84
Chương 6: Hạnh Ngộ Giữa Đàng 110
Chương 7: Cuộc Bể Dâu 137
Chương 8: Ngọn Gió Mới 172
Chương 9: Bên Kia Bến Đỗ 208
Chú thích 269
Tác giả 270

Lời tựa

Mời bạn cùng bới đống tro tàn lịch sử, tìm lại những viên ngọc âm thầm tỏa sáng qua bao lớp bụi thời gian... Đó là nếu phải mượn sáo ngữ nói giúp vui cho câu giáo đầu tuồng. Tuy nhiên để được gần gũi hơn với '***Bên Kia Bến Đỗ***' thì, xin mời bạn cùng vào Xóm Cây Lý, mình hái một rổ khế chua, đem về chùi lư, chuẩn bị cho buổi đám giỗ lớn ở nhà ông quản Tư. Mình cắt ngang mỗi trái khế rồi xát mạnh vào bộ lư đồng cho ra ten xanh đậm đen (mà thời nay chắc không còn ai làm vậy!), trước khi khiêng ra sân nhà phơi nắng tới khô. Rồi đem trở vô, vò giấy nhựt trình chùi sạch ten đi, để lộ ra mặt đồng vàng bóng loáng, tưởng chừng có thể làm gương cho chúng ta soi mặt. Theo đó hình ảnh của những người muôn năm cũ cũng lần lượt kéo về, mang theo nhiều giai thoại dở khóc dở cười, lẫn những ngậm ngùi đắng cay, lắm khi tủi nhục, nhưng xuyên suốt là những tấm gương can cường, gìn vàng giữ ngọc, từ những thân phận nhỏ bé, tầm thường, nhưng gánh vác trên đôi vai một sứ mệnh thiêng liêng cao cả. Họ là những người góp phần duy trì giềng mối xã hội từ đời này qua đời khác. Họ thường được nhắc tới với cái lắc đầu, một tiếng thở dài, hay một nỗi cam lòng: '*Phận gái mười hai bến nước, trong nhờ đục chịu.*'

Vậy có bến thứ 13 không, bạn hỏi, và đục là sao và trong là sao? Bạn có thể sẽ không tìm được câu trả lời vừa ý qua '**Bên Kia Bến Đỗ**', nhưng ít ra hy vọng bạn sẽ tìm thấy vài hình ảnh thân thương quen thuộc, vài mảnh đời bị quên lãng, nổi trôi theo vận nước từ thời Pháp thuộc, tới Nhựt thuộc nếu được gọi nôm na như vậy, và sau cùng là giai đoạn đất nước bị chia cắt.

Hẹn gặp lại quý bạn ở bến Bãi Sậy nằm bên tả ngạn con kinh An Thông Hạ, êm ả chảy ngang Xóm Cây Lý từ thời xửa thời xưa.

Chương 1: Hoa Trôi Giữa Dòng

Vào đầu thế kỷ 20 Việt Nam vẫn còn là một thuộc địa của Pháp. Khắp ba miền đất nước từ thành thị tới thôn quê, từ hàng dân dã tới các bậc thức giả không thiếu những gương yêu nước tham gia các phong trào kháng Pháp, qua nhiều hình thức, ôn hòa cũng có mà đối đầu cự địch, một mất một còn với ngoại xâm cũng không thiếu. Một số sĩ phu nhìn qua tấm gương Minh Trị Duy Tân tại Nhựt Bổn trước đó mà hô hào cải cách xã hội để cứu vãn đất nước Việt Nam. Niềm tin nơi sức mạnh của Nhựt Bổn càng lên cao sau ngày cuộc chiến Nhựt-Nga bùng nổ năm 1904, với từng đợt tin chiến thắng của quân đội Nhựt dồn dập dội về Việt Nam từ các chiến trường quốc tế. Nào là *'Hải quân Nhựt bổn đánh chìm hạm đội Nga ở cảng Lữ Thuận'*, rồi *'Lục quân Nhựt bổn tiến chiếm Phụng Thiên'*, tới *'Nhựt bổn trên đường thâu tóm Mãn Châu'*. Ban đầu nghe *'Nhựt khiêu chiến Nga'* tưởng chừng chuyện châu chấu đá xe, vậy mà chỉ một sớm một chiều Nhựt Bổn đánh bại mấy đội hùng binh của Nga từ dưới biển lên tới trên bờ, hết trận này tới trận khác. Sau cùng là *'Nhựt bổn xuất thần tiêu diệt toàn bộ hạm đội Nga'* qua một trận hải chiến kinh hồn trên eo biển Đối Mã làm chấn động Năm Châu.

Đối với một số phong trào cứu quốc đang tìm các thế lực liên minh giải phóng Việt Nam khỏi ách đô hộ của người Pháp, các thành tích ngoạn mục của một nước Á Châu nhỏ bé đối đầu với một cường quốc Âu Châu rộng lớn chẳng khác nào dầu châm thêm vào ngọn lửa tự tin nơi sức mạnh *da vàng*, và trên thực tế còn là một ngọn gió lớn thổi căng cánh buồm Phong Trào Đông Du, một phong trào vận động gởi thanh niên Việt Nam qua Nhựt Bổn học hỏi cách thức canh tân xứ sở một cách thần kỳ của dân tộc Phù Tang.

Trớ trêu thay 40 năm sau bàn cờ thế sự nhanh chóng đổi thay. Khi Thế Chiến Thứ Hai bùng nổ thì sức mạnh Nhựt Bổn đã trở thành tai họa đối với Á Châu, gót giày của lính Nhựt thay quân Pháp dẫm nát Việt Nam, gieo rắc tang thương khắp mọi miền đất nước. Loạn lạc triền miên. Người dân phải chịu cảnh một cổ hai tròng, thù trong giặc ngoài, gia đình ly tán. Còn lại chăng chỉ là những mảnh đời tan tác trôi dạt bốn phương.

Riêng tại Sài Gòn, từ khi lính Nhựt đổ bộ lên Đông Dương không khí trở nên căng thẳng, nặng nề hơn. Tới sáng ngày 9 tháng 3 năm 1945 thì quang cảnh quanh Phủ Toàn Quyền của Pháp càng vắng lặng khác thường. Không còn bóng dáng mấy chiếc xe kéo lui tới đưa rước các quan khách trịnh trọng trong những bộ complet trắng toát, ngoại trừ hai thầy phú-lít đội nón cối trắng còn trung thành đứng gác. Tới 2 giờ chiều cùng ngày thì bắt đầu thấy những chiếc xe Jeep chở đầy lính Nhựt và một đoàn xe sơn đen cắm 'cờ mặt trời' chạy thẳng vào Phủ Toàn Quyền, trước vẻ ủ rũ của mấy tên lính Pháp đang lóng ngóng trước cổng chờ tin. Phái đoàn Nhựt lấy cớ cần thảo luận vai trò của Pháp tại Việt Nam, đòi gặp Toàn Quyền Jean Decoux, buộc chánh quyền thuộc địa Pháp phải cung cấp lúa gạo nuôi quân Nhựt ở Đông Dương. Pháp ở thế yếu phải miễn cưỡng chấp thuận, nhưng liền sau đó Đại sứ Nhựt Matsumoto đích thân đến, đưa thêm một tối hậu thư buộc Pháp phải trao toàn quyền chỉ huy quân đội, cảnh sát, và các lực lượng võ trang khác cho Nhựt. Lúc này thì Toàn Quyền Jean Decoux không còn nghi ngờ gì nữa. Cả buổi chiều mang tiếng thương thảo nhưng dụng tâm của quân Nhựt chỉ để giữ chân ông trong phủ, để bên ngoài quân đội Nhựt chuẩn bị một cuộc đảo chánh lật đổ chánh quyền thuộc địa Pháp ngay đêm hôm đó. Sau khi tiếng súng đảo chánh đồng loạt nổ ra trên ba miền đất nước Việt Nam, Phủ Toàn Quyền tức thời bị phong tỏa và toàn bộ quan chức Pháp bị giam giữ. Như vậy chỉ qua một đêm quân Nhựt đã thay Pháp chiếm đóng các tỉnh thành quan trọng từ Bắc chí Nam, và chỉ qua mấy ngày ngắn ngủi tiếp theo toàn cõi Đông Dương được đặt dưới ách thống trị của Nhựt.

Hai tuần trước khi Nhựt đảo chánh Pháp, ông quản Tư, một cảnh sát viên cao lớn thường ngậm cái ống điếu nâu trong miệng, làm việc tại bót Xây-nho gần khu chợ Cầu Ông Lãnh, chứng kiến cảnh lính Nhựt rầm rập chạy tập trận hằng ngày giữa đường phố Sài Gòn như chỗ không người, mặt mày đằng đằng sát khí, tay lăm lăm súng ống với lưỡi lê, không còn coi chánh quyền Pháp ra gì, ông đoán trước được đất nước sắp đến hồi thay ngôi đổi chủ. *'Sớm muộn gì cái bót này cũng bị Nhựt đóng'*, ông thầm nhủ, nên nghĩ ngay tới việc đưa vợ con về quê nội tá túc, phần ông thì không biết về lâu về dài gió sẽ thổi theo hướng nào để che. Nếu ông bỏ nhiệm sở ra đi lúc này, e khi người Pháp thắng thế trở lại sẽ bị sa thải khỏi công việc từng nuôi sống gia đình bấy lâu nay, mà ở lại thì không biết quân đội Nhựt sẽ đối xử với ông ra sao. Suy đi nghĩ lại sau cùng ông chọn ở lại thành phố một mình *'tới đâu hay tới đó'*, chịu chung số phận với một số đồng nghiệp của ông, nhưng khác hơn họ là ông đặt sự an toàn của vợ con lên trên, nên sáng hôm sau ông đưa bà quản Tư và hai cô con gái, Nhàn và Thanh, ra bến xe đò về Cai Lậy, nơi chôn nhau cắt rún của ông nhưng vì hoàn cảnh trái ngang ông phải bỏ xứ lên Sài Gòn lập nghiệp.

#

Mặt trời là đà ngả bóng trên ngọn trúc đong đưa. Vài tia nắng vàng còn vương vấn trên cành tre kẽ lá, như toa rập với Thanh kéo dài khoảnh khắc mộng mơ hiếm hoi của một cô gái thành thị ở lứa tuổi cặp kê phải chạy giặc về tá túc miền quê nội. Cạnh luống rau thơm bên rặng trâm bầu, Thanh ngồi rửa chén trên chiếc cầu ván bắc hững hờ bên mé kinh, mắt dán vào thau nước trước mặt mà lòng dâng trào bao ký niệm với Tâm, người tình trong mộng của nàng. Cánh tay dài thon thả đong đưa trước gối, chao chao cái chén cuối cùng trong nước, hết lượt nước này đến lượt nước khác, như cố tưới đầy ký ức cho tràn nhớ nhung. Ngoài kia gió chiều nhè nhẹ thổi, ngây ngây hương phù sa bạt ngàn vùng đất phá. Suôi dòng Cửu Long, một thời dìu dắt bao thế hệ khai hoang lập ấp vào giữa lòng đất phương Nam, dập dềnh đám lục bình trôi, nhấp nhô vài nhánh bông tím lạc loài còn đọng sắc bình minh, đang xoay dần trên hành trình vô định.

- Thanh. Con làm gì ở ngoải miết vậy. Lẹ vô, còn dắt chị Ba con đi tắm.

Tiếng bà quản Tư gọi, kéo Thanh về thực tại. Bà là mẹ nuôi nhưng người ngoài ít ai biết, vì bà không có con riêng và hết mực yêu thương chăm sóc con chồng như con đẻ. Mẹ ruột của Thanh mất sáu năm trước. Cái chết 'lãng nhách' của bà để lại một vết hằn sâu trong tâm khảm Thanh. Trong lòng nàng thần chết đã bất công cướp đi người mẹ dấu yêu của nàng chỉ vì bà sơ ý cắt phạm vào ngón tay cái trong lúc đánh vẩy cá, chuẩn bị bữa cơm trưa cho gia đình. Vết thương tuy không sâu, nhưng qua ngày hôm sau cả bàn tay sưng húp. Uống mấy thang thuốc Nam mà bệnh tình vẫn không thuyên giảm. Sức khỏe ngày một sa sút, và chỉ hai tuần sau bà vĩnh viễn ra đi, để lại ba đứa con côi. Ngoài Thanh là con út và Bình là anh cả đã bỏ nhà vô chiến khu theo kháng chiến chống Pháp, còn có Nhàn là chị thứ ba lớn hơn Thanh hai tuổi, không may mắc phải bịnh tê liệt từ lúc lên năm, phải chịu cảnh tật nguyền, đi lại khó khăn. Vì vậy khi lớn lên Thanh phải phụ mẹ chăm sóc cho chị.

Trước khi vào nhà, Thanh còn lưu luyến dừng chân bên rặng mù u lặng nhìn cảnh vật xung quanh thêm một lần nữa trước khi phải chia tay để trở về thành phố trong vài ngày tới. Dõi mắt ra xa, khỏi hàng dừa nước xanh rì lụp sụp ven bờ kinh phía bên kia, hình ảnh mấy ngọn trâm bầu nghêu ngao trên gò nổi, ửng vàng trong nắng chiều lại mang hình ảnh Tâm về với Thanh. Thời gian trước khi di tản, đêm đêm Thanh thường tìm đến bên khung cửa sổ, trộm nhìn qua khe hở ở cuối bức màn vải thưa tìm về vũng sáng vàng vọt duy nhứt giữa màn đêm tĩnh mịch, phát ra từ ngọn đèn đường đơn độc ở cuối dãy phố lính bên hông bót Xây-nho, lòng rộn rã mong tìm gặp một lãng tử tên Tâm đang ngồi bất động dưới chân cột đèn dán mắt vào quyển vở trên tay.

Thanh đâu ngờ được vào thời điểm đó Tâm không học bài của trường như thường lệ mà đang luyện tiếng Nhựt. Từ lúc chiến cuộc đổi thay trên thế giới theo đà phát triển của Thế Chiến thứ hai, trong khi ở Âu Châu, Đức xua quân chiếm Pháp, dựng lên một chánh quyền bù nhìn thân Đức, thì ở Á Châu Nhựt chiếm đóng nhiều nơi trong đó có Việt Nam, mà quân Nhựt muốn dùng làm bàn đạp để tiến lên khống chế Trung Hoa từ mặt phía Nam. Trước viễn ảnh thay ngôi đổi chủ, từ Pháp sang Nhựt, không ít người muốn lợi dụng thời cơ bắt đầu học tiếng Nhựt với giấc mơ đổi đời, được làm thầy thông thầy ký cho Nhựt, nối gót các thế hệ cha ông từng ăn trên ngồi chốc dựa vào mảnh bằng thông ngôn để làm việc cho Pháp trước đó. Trong một chế độ thuộc địa bao giờ cũng được ưu đãi hơn nếu hiểu biết ngôn ngữ kẻ thống trị và tỏ thái độ hợp tác với chánh quyền ngoại bang. Riêng Tâm dường như mang một sứ mạng khác từ một đảng phái cách mạng.

Hình ảnh Tâm ngồi thản nhiên đọc sách bên đường, bất chấp những rình rập đe dọa của bóng đêm đang bao trùm vạn vật, mặc cho thế giới điên đảo quay cuồng, tạo nên một điểm tựa trong lòng Thanh, đem đến cho Thanh một sự an bình hiếm hoi, nó trở thành một thánh dược đưa Thanh vào cơn mộng mị an lành mỗi đêm. Đó là màn đêm bao trùm những bí mật ghê rợn của ban ngày mà ở tuổi Thanh chưa thấy rõ chân tướng, nhưng cảm nhận được qua ánh mắt người lớn, qua những lời thì thầm to nhỏ, hay những câu nói úp mở của cha mẹ và lối xóm. Thứ bí mật của hội kín, của cách mạng, ám sát, tra tấn, thủ tiêu và mọi tác nhân của khổ đau và chết chóc mang danh nghĩa thánh thiện hay đội lốt quỷ dữ.

- Thanh sao còn chưa vô nhà nữa con?

Tiếng bà quản Tư giục Thanh về đưa Nhàn ra sông tắm, một bổn phận hàng ngày của Thanh từ khi hai chị em về quê tị nạn. Thanh ghép lại quá khứ, bước nhanh về nhà, bên dòng sông lặng lẽ trôi.

#

Bà quản Tư bắc ghế ra ngồi hóng gió trước hiên nhà bên cạnh khung dệt vải. Từ ngoài ngõ giữa hai hàng tre, bà Sáu lúm khúm bước vào. Bà Sáu là người ở làng Rạch Dừa, chuyên nghề mai mối. Muốn tìm bà thì cứ đến chợ Rạch Dừa, nhóm mỗi ngày bên bờ kinh Đôi trước khi gà gáy sáng. Mặc dù là chợ làng nhưng khá nhộn nhịp vì dân ở mấy làng lân cận cũng đổ về đây đi chợ mỗi ngày. Đến chợ thì có kẻ mua người bán, nhưng riêng bà Sáu đến đó để nghe ngóng, coi nhà nào có con trai mới sanh, con gái mới đẻ. Gặp mấy bà có con trai chưa vợ, con gái chưa chồng, bà Sáu chiếu cố rất tận tình, thăm hỏi niềm nở, quấn quýt bám theo từ hàng vải ở chợ trên xuống tới hàng cá ở chợ dưới kế bên bờ sông. Chẳng vậy mà khi bà quản Tư dọn về ti nạn ở làng Phú Quý kế bên vào bữa trước, thì qua bữa sau tin đã tới tai bà Sáu, và bà bắt đầu lân la làm quen với bà quản Tư ở ngoài chợ. Hôm nay bà Sáu có dịp khăn gói tới '*coi giò coi cẳng*' con gái của bà quản. Đó là nói theo ngôn ngữ của mấy bà mai, ý là coi con gái nhà này xứng với con trai nhà nào, hay quan trọng hơn là có thể hợp nhãn với bà mẹ chồng tương lai không.

Bà Sáu vừa bước vào sân nhà vừa cúi đầu chào bà quản Tư, miệng nở rộng lời cục thuốc xỉa bên mép, hớn hở chào hỏi bà quản Tư như người quen biết lâu ngày:

- Dạ thưa bà quản, bà quản mạnh giỏi, lóng rày lâu quá hổng thấy bà quản ra ngoài chợ.

- Cám ơn chị Sáu. Chị mạnh giỏi? Ngọn gió nào bữa nay đưa chị tới đây vậy?

- Dạ hổng giấu gì bà quản, bữa nay có dịp qua bên nhà ông bà Hộ nên tiện thể ghé biếu bà quản với hai cô mấy trái vú sữa cây nhà lá vườn. Bà quản biết hôn, mấy năm trước nghe người ta bày, ông nhà tui về bắt chước ươm hột trồng thử một gốc vú sữa ở trước nhà. Vậy mà lụi hụi nó cũng ra trái được hai mùa rồi đó. Nói nào ngay, nó hổng được sai trái lắm, nhưng được cái là, ra trái nào đáng trái nấy. Bà quản biết hôn, nó ngọt ngay hè. Bởi vậy hôm qua ổng lựa mấy trái vừa chín tới hái xuống để đem qua đây cho bà quản với hai cô thử cho biết.

Nói chưa dứt lời, bà Sáu xin phép đi thẳng ra nhà sau lấy dĩa chất vú sữa ra bàn. Thật ra đó chỉ là cái cớ để bà tìm gặp Thanh, và tiện thể quan sát bên trong căn nhà coi đồ đạc có nhiều không, giàu nghèo ra sao. Đặc biệt bà chú ý tới cái nhà bếp. Kinh nghiệm dạy bà là nhà bếp gọn gàng ngăn nắp thì người đàn bà trong gia đình phải là người giỏi nội trợ và có tài quán xuyến việc nhà. Mà, '*mẹ giỏi thì con ngoan*', bà thường nói. Bà quản không kịp đứng lên ngăn bà Sáu, đành ngồi lại nói với theo,

- Thiệt tình, làm phiền chị quá, đã cất công đem đồ qua cho, mà còn ...

Bà quản nói chưa dứt câu, nghe tiếng bà Sáu hỏi vọng ra:

- Hổng biết cô Út có ở nhà hôn vậy bà quản?

- Hai chị em nó chắc cũng gần về tới nơi. Ngại quá không có đứa nào ở đây nấu nước mời chị Sáu.

- Khách khứa gì mà lo chuyện nước nôi bà quản ơi.

Bà quản ngồi nhìn bà Sáu chất vú sữa ra dĩa, hỏi:

- Chị Sáu kiếm con Thanh có chuyện gì không?

- Dạ thì cũng có chút chuyện muốn thưa với bà quản.

- Để tui vô trong lấy thêm cái ghế ra đây, mình ngồi ngoài này cho mát.

'Dạ bà quản để tui đi lấy,' vừa nói bà Sáu vừa bương bả giành chạy vào trong nhà tự nhắc ghế ra cho mình. Chưa kịp ngồi bà đã hỏi gần hỏi xa:

- Tui nghe cả xóm người ta đồn cô Út giỏi dang dữ lắm, dù là con gái ở thành về, xưa nay thuở nào làm việc động móng tay, vậy mà về đây chịu khó chịu cực không thua ai, mà tánh tình lại vui vẻ, công việc có cực nhọc cỡ nào thì cả ngày cũng tươi tắn, bà con giáp mặt ai cũng phải khen lấy khen để, sao mà cô Út đẹp đẽ, hiền hậu lại đảm đang quá.

Bà Sáu nói một tràng không kịp thở, làm bà quản chợt nghiệm ra chắc bà Sáu đang ngắm nghé con gái nhà mình. Dù bà quản biết bà Sáu chuyên làm nghề mai mối, nhưng không ngờ chỉ còn hai ngày nữa gia đình bà rời nơi đây để trở về Sài Gòn, mà cũng không thoát tay bà mai Sáu. Bà quản Tư còn đang bối rối chưa biết phải trả lời với bà mai ra sao, thì nghe tiếng chân Thanh và Nhàn về tới bên hè. Bà quản Tư kêu hai con vô chào bà Sáu.

- Hai đứa về rồi đó hả, vô đây thưa bà Sáu đi con.

Thanh giúp chị phơi cái khăn với hai bộ quần áo ướt trên sào tre gần mấy bụi ớt bên hông nhà, trước khi bước vào khoanh tay cúi đầu chào bà Sáu:

- Thưa bà Sáu mới tới.

Bà Sáu ngoẹo cổ cười toe toét, trước khi vo cái miệng thiệt tròn đủng đỉnh nói:

- Mèn đét ơi ... giỏi quá hôn. Con gái thành thị thiệt có khác, nói năng cũng lịch sự hơn người ta.

Cặp mắt bà đảo một vòng trên người Thanh, rồi tiếp:

- Tội nghiệp cô Út quá, đường đường là tiểu thơ con ông bà quản trên thành mà phải về đây sống cực sống khổ, tay lấm chân bùn suốt ngày từ sáng tới tối...

Bà Sáu ngập ngừng, như bất chợt nhớ ra điều gì, trước khi nói tiếp:

- À mà năm nay hổng biết cô Út được bao nhiêu rồi?

- Dạ con mười bảy tuổi

- Vậy là tuổi con Ngựa phải hôn...

Bà Sáu chợt nhíu mày nhớ tới lời bà Hộ căn dặn, là tìm con dâu út cho bà phải tránh cái tuổi Ngựa, vì đó là tuổi của con dâu thứ ba của bà. Tối ngày nó cứ gây sự cãi vã trong nhà. Sau một thoáng lúng túng Bà Sáu tự trấn an, '*Thôi chuyện đó để tính sau,*' tức thì cặp chân mày đã vô tình phản phé, vội duỗi thẳng ra, rồi giương lên thành hai vòng cung trên đôi mắt cú vọ gặp mồi ngon trong đêm, miệng cười toe toét, bà Sáu hỏi:

- Phải cô Út sanh ban đêm hôn?

- Ủa sao bà Sáu biết vậy.

- Thấy chưa tui biết mà. Cô Út đây trắng da dài tóc, mặt mày đẹp đẽ, dáng vẻ sang trọng vậy thì làm sao là Ngựa thường được. Ngựa sanh ban ngày phải số cực khổ cả ngày kéo xe cho người ta đi, chứ còn Ngựa sanh giờ Tí như cô Út đây là thuộc ... Ngựa Trời đó. Khác xa à nha.

Hai chị em Thanh bụm miệng cười khúc khích. Bà Sáu vội vàng lên tiếng:

- Nói thiệt với cô Út nha, con gái mà tuổi Ngựa thì mười người hết nửa lận đận về đường tình duyên, thế ít gì thì cũng hai ba đời chồng. Con Ngựa nào may mắn được một vợ một chồng, thì suốt đời cũng phải làm việc sứt đầu tóc mượn để nuôi cả gia đình nhà chồng. Còn nữa nha, có mấy người từ nhỏ mà lỡ mang tiếng '*Ngựa bà*', thì cả đời kiếm chồng hổng ra, chứ hổng vừa đâu. Còn số '*Ngựa trời*' như cô Út đây là số giàu sang có kẻ hầu người hạ, cô Út biết hôn.

Bà Sáu nhìn Thanh chằm chằm, Thanh ngượng ngùng nói

- Dạ Bà Sáu nói vậy chứ ...

Thanh chưa dứt lời bà Sáu vội chêm thêm:

- Tôi nói thiệt đó. Cô Út nghe chuyện ngựa trời được Ngọc Hoàng thượng đế sai xuống trần gian gấp than đem về trời chưa. Thiệt ra là đem lên mặt trăng để sưởi ấm cho Hằng Nga. Chờ tới ban đêm trời lạnh chú Cuội đem than đốt lên mình mới thấy mặt trăng sáng trưng đó. Bởi vậy, cô Út biết không, tuổi *Ngựa Trời* là tuổi bạn của Hằng Nga, là người có số quý phái, phải sống nơi lầu son gác tía chứ hổng vừa gì đâu.

'Dạ con sống ở nhà với ba má cũng thấy vui rồi bà Sáu ơi,' Thanh thản nhiên nói. Bà quản biết bà Sáu đang dẫn đến chuyện mai mối cho Thanh, lại thấy Nhàn đứng kế bên mặc dù cũng tỏ ra vui cho em, nhưng không giấu được nét u sầu, và nỗi niềm riêng tư khi làm chị mà thấy em mình đã được mai mối tới hỏi chuyện hôn nhân trước. Bà quản khéo léo sai hai con ra sau lo chuẩn bị thúng vải để ngày mai bà đem ra chợ quận bán.

- Con nít con nôi mà biết gì. Thôi con dắt chị Ba ra phía sau đo vải rồi xếp vô thúng đi, sáng mai má đem lên chợ giao cho người ta.

Còn lại một mình với bà quản, bà Sáu không chần chừ nói:

- Hổng giấu gì bà quản, bà Hộ bên làng An Phú có nhờ tôi kiếm con dâu út cho bả.

Bà quản ngắt lời:

- Tui cũng có nghe bà Hộ đang kiếm vợ cho cậu út mới học xong trên Sài Gòn về. Người ta chỗ giàu có, ruộng vườn cò bay thẳng cánh, thiếu gì nơi môn đăng hộ đối muốn gả con vô đó.

- Tạ dĩ mới nói, vậy mà tới nay bả cũng chưa tìm được một chỗ ưng ý đó. Sở dĩ có chuyện như vậy là vì từ ngày người con lớn của hai ông bà học ở bên Tây về đem theo một cô vợ đầm, bà ngán ngẩm, nên muốn kiếm một cô dâu theo tây học giống như cậu út, để cầu có người bầu bạn khỏi bỏ qua Tây rước thêm một bà đầm nữa về. Mà bà quản coi, con gái trong vùng chữ ta còn chưa biết, nói gì tới chữ Tây chữ u. Thiệt là Trời Phật sắp xếp cho cô Út về đây. Tôi thấy là duyên tiền định hết chứ không vừa đâu.

Bà quản tò mò muốn biết,

- Cậu Út ở bển năm nay được bao nhiêu vậy chị.

- Dạ cậu Út tuổi con Mèo ...

Chưa nói dứt câu, bà Sáu chợt giật mình, thầm nhủ, *'Thôi chết mụ nội! Tý-Ngọ-Mão-Dậu, đụng vô tứ hành xung rồi...'* Vừa lúc đó bà quản cũng thắc mắc:

- Chà, e không được hợp lắm. Năm ngoái có ông thầy bói trên Sài Gòn nói, tuổi con Thanh khắc với tuổi Mẹo.

- Bà quản đây cứ yên tâm đi. Hổng sao hết, tui làm mai mấy chục đám rồi mà, ba cái chuyện này làm sao hổng biết. Tuổi của cô Út với cậu Út nói nào ngay cũng có xung chút đỉnh nhưng hổng nhằm nhò gì ráo trọi hết á.

Bà Sáu xỉa cục thuốc từ mép trái qua mép phải, rồi từ phải qua trái, chợt dừng lại nói tiếp như nhớ ra điều gì quan trọng:

- Bà quản biết hôn, hai tuổi này coi '*xung*' vậy mà ... không '*khắc*', chừng nào có '*khắc*' kìa mình mới lo. Chứ mới '*xung*' ên vậy, mình đi cúng sao một bữa là nó hóa '*hợp*' liền. Mà thiệt ra cũng hổng cần cúng kiếng gì ráo trọi á. Vợ chồng mà, sớm cãi tối hòa, có sao đâu. Cái mũng lầm lầm lì lì, suốt ngày chẳng nói chẳng rằng mới đáng sợ.

Bà quản nãy giờ nể tình bà Sáu đem bốn trái vú sữa tới biếu nên kiên nhẫn ngồi nghe, chớ trong lòng bồn chồn không yên vì còn bao nhiêu chuyện nhà phải lo. Chỉ còn hai đêm nữa, tới sáng mốt bà phải dẫn Thanh và Nhàn về Sài Gòn, đầu óc đâu tính chuyện gả con. Bà quản cảm thấy câu chuyện mai mối đã đi khá xa, nên nói dứt khoát:

- Cám ơn chị Sáu thương con tôi, lo cho nó, nhưng ông tôi kêu ngày mốt này phải dắt mấy đứa nhỏ về trển. Không chừng mình để dịp khác nha chị Sáu.

- Chèng ơi, tui biết bà quản phải về trển chứ, bởi vậy mới ba chưn bốn cẳng chạy tới báo tin vui cho bà quản với cô Út biết nè. Ông bà Hộ là chỗ giàu có, ruộng vườn cò bay thẳng cánh, mà chỉ còn lại có người con trai út, ổng bả thương dữ lắm, cô Út mà gả qua bển tui cam đoan cũng được nuông chiều hết mực, khỏi làm việc động móng tay, cả cuộc đời ăn sung mặt sướng ...

Bà quản thấy trời chạng vạng tối, ngắt lời bà Sáu:

- Chị Sáu thông cảm cho, bây giờ không có ông tôi ở đây, một mình tôi đâu dám định đoạt chuyện cả đời cho con như vậy. Vả lại, chỉ còn hai ngày nữa ba mẹ con tôi đi rồi, có tính toán gì cũng không kịp nữa.

- Hổng sao đâu bà quản ơi, tui biết mà, bà quản an tâm đi, bà quản chỉ gật đầu một cái là ngày mai bên nhà ông bà Hộ người ta đem đầy lễ vật qua hỏi liền hè. Rồi chừng bà quản về trển hỏi ý ông quản sau, có muộn màng gì đâu.

Bà quản hết cách thoái thác. Số phận người phụ nữ Việt Nam đã được định đoạt trước khi bà mai xỉa xong một cục thuốc trong miệng. Thanh khóc thâu đêm. Sáng hôm sau trên danh nghĩa Thanh đã là vợ sắp cưới của Cậu Út con ông bà Hộ ở An Phú.

#

Trời hừng sáng, ăn xong ba hột cơm Thanh đã lấy lại nghị lực, gác chuyện bị ép duyên oan uổng sang bên, mạnh dạn bước ra khỏi nhà đi từ giã mấy chị em bạn dệt. Nàng bước đi thoăn thoắt trên bờ mương dù không có chuyện gì cần vội vã, chợt nghe tiếng hò trêu mình vọng về từ thửa ruộng đang cấy:

Hò ... ơ ...,

Hỡi cô má đỏ hồng hồng,

Sao cô không chịu lấy chồng làm nông.

Điền, kẻ si tình, mấy lần thúc hối thím Hai má nó qua xin hỏi cưới Thanh, nhưng chuyện không thành. Hôm nay tình cờ gặp nàng, chàng trai làng cầm lòng không đậu, mượn tiếng hò trách móc gói ghém nỗi mủi lòng.

Hồi năm 15 tuổi Thanh có dịp chụp hình lưu niệm với gia đình tại tiệm Ánh Sáng trên đường Galliéni. Sau khi rửa hình ông chủ tiệm xin phép ông quản Tư, được họa bức ảnh của Cô Út ra lớn để chưng trong tủ kiếng phía trước tiệm. Nét đẹp thuở nào giờ lại thêm mặn mà vị nắng sương, làm lộ rõ hơn trên gương mặt trái soan nét cương nghị và vẻ quyết đoán, vốn là tư chất của Thanh mà bạn bè nàng từ nhỏ không lạ gì. Tuy người ngoài ít khi bắt gặp một nụ cười trên khuôn mặt khả ái đó, nhưng ánh mắt luôn toát vẻ thân thiện dễ gần gũi. Thanh nâng vành nón lá lên rảo mắt tìm Điền. Cặp mắt to chợt ngời sáng, nhưng không như ánh trăng lãng mạn đang tranh giành bóng đêm với các vì sao trên trời, mà là thứ ánh sáng ban mai đang sưởi ấm buổi bình minh, ngầm bày tỏ một niềm cảm thông với Điền.

Con Mận, một bạn cấy kế bên, lâu nay phải lòng thằng Điền, nhưng chỉ đón nhận được những thờ ơ của nó. Nay cô không thể bỏ qua dịp đôi co, mắc mỏ với nó vài câu:

Hò ... ơ ...,

Hỡi anh mơ mộng viễn vông,

Bông lài bông sứ chớ hoài mất công.

Quê mình điên điển đầy đồng,

Sao anh không hái đem về mà ... chưng.

Ý xỏ xiên, anh làm gì mê người ta quá, thiếu điều muốn rước về nhà để chưng trên bàn thờ. Điền bẽn lẽn cúi đầu mỉm cười. Thằng Ngan đứng kế bên Điền đâu dễ để cánh con trai thua mút mùa vậy được, nó bèn tằng hắng một tiếng thị oai trước khi lên giọng gỡ gạc:

Hò ... ơ ...,

Em thì ở đó mà chờ,

Khi nào anh rảnh anh qua.

Anh ngắt cái bông điên điển,

Đem về ... anh kho tiêu!

Đám con trai đồng loạt phụ họa, '*Tiêu đời chưa!*', rồi cười rộ lên khỏa lấp mấy tiếng rủa yếu ớt '*Đồ quỷ*' từ cánh con gái. Thanh mừng thầm vì nhờ họ đối đáp châm chọc nhau mà mình được '*giải vây*'. Nàng miễn cưỡng tiếp tục bước đi trên bờ đê, dưới bóng rặng mù u, bên con mương đầy nước, lòng sớm dấy lên niềm lưu luyến mảnh đất ruộng vườn và những con người gắn bó với nó.

#

Lụi hụi trời sắp tối, ba mẹ con bà quản Tư lăng xăng gom góp hết hành trang còn sót lại chất lên bộ ván trước nhà, chuẩn bị cho cuộc hành trình trở về đoàn tụ cùng ông quản Tư. Họ sẽ gặp nhau ở đâu và trong hoàn cảnh nào đang là nỗi lo canh cánh trong lòng bà quản mấy bữa nay. Theo lời chú Sáu Cang bạn của ông quản Tư từ trên thành về kể lại, thì ông quản Tư bị Nhựt bắt giữ cả tuần trước khi giao cho Việt Minh. May mà ông trốn thoát được và tìm chỗ ẩn náu an toàn. Nhưng họa vô đơn chí, sau khi Nhựt bại trận, ông quản Tư trở về nhiệm sở cũ trình diện, lại bị chánh quyền Pháp nghi ngờ ông có thể là người của kháng chiến Việt Minh nên mới thoát thân dễ dàng như vậy. Chú Sáu còn cho biết hiện ông quản Tư bị đày ra làm việc tại một quận mới, do Pháp thành lập ở nơi xa xôi hẻo lánh, thuộc tuyến đầu bảo vệ vành đai hướng Tây Nam của Sài Gòn.

Trời tối đen bên ngoài, ba mẹ con Thanh ngồi quây quần xung quanh cái rương mây để ở giữa ván kế bên ngọn đèn mù u lập lòe. Sau khi bà quản Tư xếp trong rương chiếc áo dài trắng cuối cùng mà mấy tháng nay bà chưa bao giờ có dịp mặc, bà chồm tới vẫy tay kêu hai đứa con ngồi nhích lại kế bên mình. Bà hạ giọng dặn dò, '*Mấy đứa nhớ về trển nói với ba con là...*', bà ngập ngừng, rồi trở tay vào người Nhàn nói tiếp, '*... chuyện này do tụi lính Nhựt làm đó, biết chưa*'. '*Dạ, con biết mà má,*' Thanh nhanh nhẩu đáp. Nhàn ngồi bó chặt hai gối, giấu mặt vào bóng đêm. Bà quản Tư tiếp:

- Má chỉ sợ hai đứa có lúc lỡ miệng nói ra vậy mà. Ba con mà biết chuyện này do thằng Lượn nó làm, ổng sẽ buồn cỡ nào. Thiệt ngặt cho ổng quá, biết phải xử lý ra sao đây. Bề nào nó cũng là con của bác Hai, bạn khố chuối của ba con. Má nghe nói từ ngày ba con ở lại làm việc trên thành, bạn bè trong làng nhiều người trách móc, xa lánh ổng, ngoại trừ bác Hai ba thằng Lượn và một hai người bạn thân khác thỉnh thoảng còn lên thăm ba con. Bởi vậy ổng quý họ lắm.

Nhắc tới ông quản Tư, bà quản lại dõi mắt vào bóng đêm miên mang nghĩ tới hoàn cảnh của chồng hiện tại, Thanh kín đáo liếc nhìn chị, hoảng hốt kêu lên:

- Chị Ba cắn môi nữa kìa.

Bà Tư lính quýnh chồm lên, ôm Nhàn vào lòng. Bàn tay mẹ hiền hối hả xoa lên hai má Nhàn, miệng không ngớt can ngăn, '*Thôi nha con ... thôi nha con; Má xin lỗi con,*' Bà Tư dỗ dành, '*Má sẽ không bao giờ nhắc tới chuyện đó nữa. Chỉ tại má cứ lo cho ba con, sợ ổng buồn phiền, tội ổng...'* Bà Tư nghẹn ngào nắm chéo khăn đeo trên vai lau vội hai hàng nước mắt chợt tuôn trào rồi khuyên con: *'Chuyện gì qua rồi, mình ráng để cho nó qua nha con.'* Phần Thanh nghĩ ngay tới lời bà Tư sai bảo lần trước, khi Nhàn cắn môi đến máu me chảy đầy miệng khi nghe nhắc đến tên thằng Lượn, Thanh vội vã chạy đi pha một ly nước muối cho chị ngậm.

- Con phải đi mét với bác Hai mới được, Thanh tức giận nói.

Bà Tư khẽ lắc đầu can ngăn, *'Hổng được đâu con.'* Sau một lúc trầm ngâm, bà khuyên lơn, *'Con nghĩ coi, bác Hai con biết xử sao đây. Trong nhà có đứa con bất nhơn như vậy, làm rùm beng lên cho làng xã biết, chắc cả nhà ổng phải bỏ xứ mà đi, chứ còn mặt mũi nào gặp ai.'* Bà lơ đễnh nhìn vào khoảng không phía trước, lập lại nỗi lo âu tự đáy lòng. *'Rồi chuyện đổ bể ra tới tai ba con, sẽ làm ổng khổ tâm cỡ nào.'*

Bà Tư thở dài ngao ngán, vuốt tóc Nhàn an ủi:

- Ráng nha con. Má cũng là phận đàn bà, má hiểu con mà.

Nghe tới đây nước mắt Nhàn chợt tuôn trào. Nhàn dúi đầu vào vai mẹ khóc nức nở. Bà Tư ôm chầm lấy con, dỗ dành, *'Giỏi đi con, ... ráng đi con.'* Vòng tay của người mẹ xiết chặt hơn trên thân hình bé bỏng của con, âu yếm truyền đạt tín hiệu thiêng liêng của lời hứa ngàn đời, '*Mẹ lúc nào cũng ở bên con.*' Mãi mãi, như điệu âu ơ trong gió:

Ầu ơ, ví dầu cầu ván đóng đinh

Cầu tre lắc lẻo gập ghềnh khó đi

Khó đi mẹ dắt con đi

... Con thi trường học, mẹ thi trường đời.

Nếu trường học dạy con tam tòng tứ đức, thì trường đời dạy mẹ lấy chữ nhẫn nhục, chịu đựng làm câu trau mình. Bà Tư dõi mắt vào khoảng không vô định thì thầm, '*Ráng đi nha con.*' Lời khuyên con mà dường như để nhắc mẹ, ráng mạnh mẽ lên để chống chọi với phong ba lúc nào cũng chực chờ đâu đó.

Trong bóng đêm ba mẹ con trằn trọc tìm vào giấc ngủ. Thanh cảm thấy bồn chồn lo âu trong nỗi lo của chị, trăn trở dưới những áp lực vô hình dồn dập bủa vây. Nàng thầm nguyện cầu cho mọi sóng gió rồi sẽ qua đi. Kế bên, Bà quản Tư không ngớt trách móc bản thân đã không làm tròn bổn phận của người mẹ. Bà lần năm ngón tay vuốt thẳng tóc Nhàn, tỉ tê phân giải như bà từng phân giải bao nhiêu lần trước đây, từ ngày tai ương ập đến với Nhàn: '*Lỗi cũng tại má, thấy hai đứa bị nổi mụn, nên trưa đó má qua bên vườn nhà thím Tám* ở xóm trên để hái rau má về vắt nước cho hai đứa uống cho mát,... nên bỏ con ở nhà một mình.'

Bà Tư không tài nào nhắm mắt được, lơ đãng nhìn vào khoảng không tĩnh mịch giữa nhà, nghĩ đến lúc gặp lại chồng. Nhìn qua hai đứa con bà thầm nhủ:

- Lớn lên ra đời rồi mấy con mới biết thương ba con hơn.

#

Ông quản Tư sau khi đưa vợ và hai đứa con gái về quê nội, ở lại một mình trong căn phố lính của bót cảnh sát Xây-nho. Anh Bình, con trai của ông, theo kháng chiến từ năm 18 tuổi, đã tạo nên hoàn cảnh éo le trong gia đình. Trong khi cha thì làm việc cho Pháp, con trai lại chống Pháp. Người quen biết thường thắc mắc *'Ông quản Tư có đứa con trai một trong nhà để nối giòng nối dõi, mà sao ổng chịu cho nó theo kháng chiến?'*

Ở sở làm ông quản Tư nhiều lần bị buộc phải tham gia đội Rờ-sẹt (lính kín) truy nã các thành phần trí thức hay đảng viên hoạt động kháng Pháp, thì ở trong nhà ông không thể không thấy các dấu hiệu hoạt động bí mật của con mình, qua những lần Bình đi về giờ giấc thất thường, hay những lúc bạn bè đến chơi, mà cả bọn không còn dẫn nhau ra phía sau vườn róc mía, hái ổi ăn, nói cười rộn rã. Họ lại thường kéo nhau ra một góc khuất bên hè nhà, dụm đầu xầm xì cả buổi trời trước khi lặng lẽ chia tay.

Dầu không đốc xúc nhưng ông cũng chưa bao giờ khuyên răn hay ngăn cản Bình bỏ ý định theo cách mạng, mặc cho nỗi lo ray rứt không nguôi về mối an nguy của con và hậu quả khó lường đối với bản thân ông và gia đình còn ở lại. Nỗi niềm riêng ông chôn giấu trong lòng, không biết tỏ cùng ai. Hơn ai hết ông biết quá rõ cái giá mà con ông và ngay cả gia đình phải trả khi nó quyết định theo cách mạng.

Sau hai mươi lăm năm làm cảnh sát tại bót Xây-nho, ông chứng kiến quá nhiều cảnh tượng thương tâm, không sao kể xiết. Mỗi sáng đạp xe đi làm, chưa tới cổng bót, lòng ông cảm thấy nặng trĩu. Tai ông nghe văng vẳng tiếng rên siết, kêu la thảm thiết từ phòng tra tấn của công an, mắt ông bắt gặp những cái nhìn chằm chặp đầy trách cứ của tù nhơn chánh trị, hay lởn vởn những ánh mắt lơ láo, thất thần, của những người dân vô can bị vu oan giá hoạ. Làm sao ông quên được thằng Tuất, mới mười hai mười ba tuổi đầu, ngày ngày dìu dắt người mẹ mù loà của nó qua khắp xóm bán bánh tai heo. Một lần nó bị gạ gẫm làm chỉ điểm cho công an, để rồi cuối cùng bị trấn nước tới chết để bịt miệng vì nó biết quá nhiều. Còn anh Ba Sủ làm nghề mổ heo nữa. Bữa đó như thường lệ, năm giờ rưỡi sáng sau khi xong việc anh đạp xe về nhà, giữa đường bị chặn bắt về tội giết người. Bằng chứng là mấy vệt máu heo lấm lem trên áo và trên hai bàn tay anh. Mạng anh mổ heo đã được đổi lấy lòng thượng cấp của một thằng công an muốn lập công, vì coi như đã giải quyết xong một vụ án giết người cướp của trong khu vực của nó. Suốt đời ông có lẽ không quên được tiếng kêu oan thảm thiết của anh Sủ.

Ông biết hết, ông thấy hết, những nỗi bất công, những điều bất nhẫn, những việc làm bất nhơn thất đức xảy ra hằng ngày quanh ông, nhưng vì miếng cơm manh áo, ông phải giả câm giả điếc, ngoảnh mặt làm ngơ, coi như đó là chuyện bàng quan thiên hạ. Nhưng ông không gạt được lương tâm mình. Nó dày vò ông. Ông cảm thấy bị chôn vùi trong nỗi bất lực. Thời gian trôi qua, ông lại lo sợ ngày nào chúng sẽ giết tới ông, chỉ vì ông không kết bè kết lũ với chúng. Nỗi ám ảnh đó cứ bám theo ông, đeo đuổi ông suốt ngày, nó len lỏi vào cả các giấc ngủ trưa, ngủ tối của ông. Ông cứ căn dặn bà Tư và các con, khi cần phải đánh thức ông dậy từ giấc ngủ trưa để kịp đi làm việc ca chiều, thì nhớ đứng đằng đầu, chứ đừng đứng đằng chân ông, tránh bị ông '*giựt mình đá chết*'.

Để xua đuổi những nỗi ám ảnh khôn nguôi, dù giữa ban ngày ban mặt chập chập ông nhắm nghiền đôi mắt lại, thì thầm khấn vái cho cơn ác mộng qua đi, đừng tìm đến quấy nhiễu ông nữa. Bạn đồng sự thấy vậy đặt cho ông cái tên Tư Tịnh, vì họ tưởng ông đang thiền. Cũng không phải vô cớ mà họ nghĩ như vậy. Ở bót Xây-nho có hai ông quản, ngoài ông quản Tư còn có ông quản Sáu, tình cờ họ còn là láng giềng, hai nhà chỉ cách nhau bởi một hàng rào cây chùm nụm. Phía trước là rặng cây bông bụp dùng làm hàng rào chung cho đôi bên. Ông quản Sáu có đứa cháu nội trong nhà thích hái mấy trái chùm nụm chín đỏ để ăn, nên mỗi lần thấy con ốc ma xấu số nào lởn vởn đến phá hàng cây chùm nụm quý của ông, ông hậm hực túm lấy nó, đem ra phía trước nhà dập mạnh xuống mặt đường. Nó không bị vỡ vỏ chết tốt, thì cũng bị chết thiêu bởi sức nóng hừng hực trên mặt nhựa dầu hắc, hay bị xe cán nát thây. Phải như vậy mới hả cơn giận của ông quản Sáu. Ông thường than phiền với đồng đội trong bót là, nhiều lần ông nhờ ông quản Tư phụ bắt mấy con ốc ma bên phía hàng rào nhà của ông quản Tư. Ông quản Tư cũng làm, nhưng để tránh phải sát sinh, ông chỉ rứt chúng ra khỏi hàng rào, rồi dè dặt đặt chúng xuống ở bụi cỏ dưới hàng rào bông bụp phía trước nhà. Không biết vì mấy con ốc ma thích ăn trái chùm nụm, như lời ông quản Sáu nói, nên lò dò tìm đến đó giành ăn với cháu nội của ông, hay vì chúng muốn tìm đến chỗ có nhiều bóng mát và ẩm thấp hơn để trú. Dù gì thì việc làm bắt cóc bỏ dĩa của ông quản Tư khiến ông quản Sáu hết sức bực mình, nhưng để giữ hoà khí, mỗi khi kể lại chuyện này ông quản Sáu đều tỏ ra thông cảm với bản chất lương thiện của ông quản Tư, và ông thường kết thúc câu chuyện bằng mấy lời vả lả: '*Anh Tư tu hành dữ lắm. Ảnh tránh sát sanh, ngay cả khi quét sân thấy mấy con kiến lửa ảnh cũng tránh.*'

Về sau, vẻ thờ ơ của ông quản Tư với công việc hằng ngày ở nhiệm sở, cùng thái độ thụ động của ông trong mấy lần theo Tây bố ráp bắt người, không khỏi khiến ông sếp Tây để ý. Tuy nhiên nghĩ tình ông quản Tư có công phục vụ hơn hai năm trong đoàn binh viễn chinh bảo vệ '*mẫu quốc*' Pháp trong trận Đại Chiến, ông sếp Tây không khiển trách, mà chỉ thuyên chuyển ông quản Tư qua làm các việc mà ông sếp Tây nghĩ là thích hợp với ông quản Tư hơn, như là gác chợ hay bảo quản kho súng đạn trong bót.

Sau khi vợ con đi rồi ông quản Tư sống thui thủi một mình, sáng đi chiều về kẻo kẹt trên chiếc xe đạp cũ, đến nhà thì mượn rượu giải sầu, dán mắt vào bức tường vàng vọt trước mặt trong một căn phố trống trơn, tay vân vê cốc rượu đế như cố giữ lại một tri kỷ duy nhất bên mình. Nhiều lúc ông ngồi ngậm ống điếu tư lự cả buổi, ôn lại cuộc đời phiêu bạt mà định mệnh an bài, không biết rồi sẽ trôi nổi về đâu...

Ẩn hiện sau từng chặp khói thuốc loan tỏa trong khoảng mông lung, hình ảnh buổi sáng hôm đó, năm ông mười bảy tuổi đang nhổ cỏ ngoài đồng, lại kéo về trước mắt. Đứa em út từ xa hớt hãi chạy tới kêu ông về nhà có chuyện, mà nó cũng chẳng biết chuyện gì. Chỉ biết có '*mấy ông lính Tây*' đang chờ ông ở nhà. Về tới nhà, thấy đông nghẹt lính Tây lính ta tụ tập trước sân, ông còn đang hoang mang, nghe ba ông giải thích là '*họ tới bắt lính*'. Bốn chữ định mệnh đó in hằn trong trí ông tới bây giờ. Anh cả của ông phải ở lại phụ cha mẹ lo việc ruộng nương, còn thằng em út thì chỉ mới 12 tuổi, nên ông tự biết phận mình phải làm gì. Lủi thủi ra sau nhà cuốn gói ra đi. Má ông, ràn rụa nước mắt, lu bu lo gom góp hành trang: hai cái quần cụt đen, hai cái áo bà ba – một đen một trắng, và một chai dầu gió duy nhứt để cho cả gia đình xài cũng đưa cho ông đem theo phòng khi cảm mạo lúc trở trời chướng gió nơi đất lạ quê người. Nhìn qua nhìn lại thấy một đôi guốc dong dưới bộ ván, mà ông chưa bao giờ có dịp xỏ chân vào một lần, má ông cũng gói cho con đem theo. Hai trái cam sành để cúng ông bà trên bàn thờ bà cũng lấy xuống, gói theo bốn miếng khô sặc đang phơi trên nia, rồi lật đật tới bên nồi cơm trưa mới nấu xong, bà vắt hai nắm cơm cho con đem theo ăn trên đường.

Sau hai tháng huấn luyện tại trại Cây Mai ở ngoại thành Sài Gòn, ông được đưa thẳng ra bến tàu gần cột cờ Thủ Ngữ, xuống tàu hơi nước qua Pháp để chiến đấu bảo vệ *'mẫu quốc'*. Theo lời mấy bạn đồng ngũ có vẻ hiểu chuyện kể lại thì nước Đức tuyên chiến với Pháp từ năm 1914, và bắt đầu cuộc tấn công xâm lấn từ đó. Mặc dầu được liên minh Anh và vài đồng minh khác hỗ trợ, nhưng tình hình ngày một nguy kịch, vì vậy quân đội Pháp cần bổ sung thêm lính tráng từ các thuộc địa như Việt Nam.

Chuyến hải hành đầu tiên của một mục đồng lớn lên quanh quẩn bên lũy tre làng, bỗng nhiên phải vượt biển qua nửa vòng trái đất, đã để lại một dấu ấn sâu thẳm trong tâm khảm ông. Ông thường nhắc tới những khoảnh khắc ngột ngạt dưới hầm tàu chật hẹp, khét nghẹt mùi dầu nhớt, mà ông phải chịu đựng suốt hai tháng trời. Trong lòng chỉ chờ đợi ngày tàu cập bến ở một hải cảng kế tiếp, nơi đó niềm vui không chỉ là được vào đất liền, được đặt chân lên nền đất thịt vững chãi dưới chân, được hít thở không khí trong lành, mà còn được thấy người lạ, cảnh lạ, được nghe những tiếng nói và những điệu nhạc cũng xa lạ không kém, như từ một thế giới nào khác. Lắm điều thú vị và lắm chuyện bất ngờ, như lần ở cảng Magadascar ông đã ngạc nhiên thấy nhiều du khách đứng trên một boong tàu vui đùa thảy tiền xu xuống biển. Té ra là để xem cảnh tượng các thổ dân từ mấy chiếc ghe nhỏ bên dưới đua nhau phóng xuống nước, lặn như mấy con rái cá đuổi theo mấy đồng tiền thừa để lượm. Thật ra vào những lúc phải sống chui rúc dưới hầm tàu cũng không phải là không để lại vài kỷ niệm nhớ đời đối với ông. Một lần sau khi tàu ghé qua hải cảng Cameroun, đội của ông phải ngủ kế bên mấy bao tải bằng da trâu hôi thối nồng nực. Trong số mấy anh em bạn lính có người tò mò lấy lưỡi lê rạch thử một bao, *'để coi giống gì bên trong'*. Té ra là bao đựng chà là. Thế là mấy anh em quây quần làm một bữa tiệc chà là, ít ra cũng có hiệu quả báng mùi da trâu nhiều. Ông quản Tư mỉm cười vu vơ.

Sau khi Đại Chiến kết thúc, ông may mắn được trở về xứ sở lành lặn, nhưng buồn thay lại không được gia đình chấp nhận, vì ông chọn ở lại Sài Gòn làm cảnh sát với Pháp. Đối với ông sau khi đã nhìn thấy thế giới bên ngoài, thật khó lòng có thể trở lại giam mình đằng sau lũy tre làng ngày nào. Ngoài ra ông còn lo không biết quân kháng chiến sẽ đối xử với ông ra sao nếu ông trở về miền quê hẻo lánh thuộc vùng kiểm soát của họ. Tới nay ông vẫn ít khi về quê nên tình cảm gia đình ngày càng lạnh nhạt, ít ra là kể từ sau ngày cha mẹ ông lần lượt qua đời. Người anh cả của ông thì coi như đã từ ông. Lần nào ông về quê thăm nhà, ông anh cả cũng tìm cách lánh mặt, khiến ông mang thêm ít nhiều mặc cảm.

Chương 2: Giông Tố Bên Mồ

Hôm nay ông quản Tư được nghỉ phép ở nhà đón vợ con. Ông bị thuyên chuyển tới bót Bãi Sậy ở vùng ven đô, tuy xa xôi hẻo lánh nhưng có một vị thế chiến lược quan trọng đối với chánh quyền Pháp. Bót Bãi Sậy được dựng lên bên ngoài xóm Cây lý, cách trung tâm thành phố hơn 10 cây số về hướng Tây Nam, nhằm ngăn chận các lực lượng kháng chiến từ hướng lục tỉnh lên, tìm cách đột nhập vào Sài Gòn. Sau khi ông quản Tư cảm thấy đã quen thuộc đường đi nước bước và công việc làm cũng tạm ổn định, ông nhắn tin cho bà quản dẫn hai đứa con gái về để gia đình đoàn tụ một nhà. Sáng nay đi uống cà-phê về ông cảm thấy nôn nả, phấn chấn trong lòng, coi như những ngày tháng bấp bênh, tánh mệnh như chỉ mành treo chuông đã qua. Tuy nhiên mỗi lần nghĩ lại ông không khỏi rùng mình.

Vài ngày sau khi ông đưa vợ con đi lánh nạn thì Nhựt đảo chánh Pháp. Rạng ngày hôm sau ông vô bót Xây-nho trình diện với quân đội Nhựt. Họ thẩm vấn ông cả tiếng đồng hồ trước khi tống giam. Lý do: Một số súng ống đạn dược trong kho đã bị trộm mất, mà ông lại là người có trách nhiệm giữ kho. Tội cho ông, làm sao biết được vài giờ trước khi có đảo chánh, ông Cò Nhì cùng hai thiếu úy đặc trách người Pháp đã âm thầm tẩu tán một số vũ khí, trốn qua Cambodge theo kháng chiến chống Nhựt. Khi ra trình diện ông quản Tư cứ đinh ninh Pháp đã thương lượng được với Nhựt để toàn bộ nhân viên hành chánh trong chánh quyền thuộc địa của Pháp được tiếp tục làm việc dưới quyền chỉ huy của quân đội Nhựt. Ngờ đâu tai ương lại bất ngờ ập xuống, khiến ông bị tra khảo hai ngày liên tiếp. Sau đó quân Nhựt lại giao ông cho Việt Minh trong một cuộc trao đổi tù binh.

Trên đường lính Nhựt dẫn ông tới tụ điểm tập hợp của các tù binh, khi đi ngang qua chợ Cầu Ông Lãnh, có hai người đàn bà bán hàng rong bương bả chạy theo, một người giúi vào tay ông một trái ổi, người kia hai cái bánh cam, là những thứ mà họ đang bán bên hông chợ, để bày tỏ lòng biết ơn đối với ông. Từ ngày ông bị đổi ra gác chợ, nhiều bạn hàng rất cảm kích và quý mến ông vì phong cách làm việc quang minh chánh đại của ông. Nếu mấy *'ông sếp'* trước đó người nào cũng vòi vĩnh tiền đút lót của bạn hàng, để ban cho một chỗ làm ăn buôn bán, thì ngược lại ông quản Tư chưa từng lấy một đồng xu của họ. Chẳng những vậy ông còn giúp đỡ, thu xếp cho các người buôn gánh bán bưng có được một chỗ ngồi dưới vòm mái hiên chợ, để có chỗ trú nắng che mưa mà làm ăn. Người trong vùng thường kể lại giai thoại về anh '*Hai bán thịt*', chỉ vì bị bịnh phải nghỉ bán vài ngày mà mất cái sạp bán hàng. Người cảnh sát tiền nhiệm đã giao cái sạp của anh cho người khác chịu đút lót tiền nhiều hơn. Biết chuyện, ông quản Tư dàn xếp trả lại cái sạp thịt cho anh Hai. Để tỏ lòng biết ơn, anh Hai gói mấy ký thịt ngon đem đến biếu ông, nhưng ông đã từ chối với lời răn đe mà bạn hàng trong chợ còn thích thú kể lại cho nhau nghe: '*Mầy đem về cho vợ con ăn đi. Lần nầy tao tha cho. Lần tới còn làm vậy tao bắt bỏ tù đó. Tội hối lộ nhân viên công lực.*'

Gặp nạn lần này trong tay quân Nhựt ông tưởng đời mình đã tới số tận, nhưng câu phương châm '*Ở hiền gặp lành*' mà ông thường nhắc nhở với con cháu lại ứng nghiệm với ông. Chiếc xe thùng chở tù binh đi giao cho Việt Minh bị *en panne* (chết máy) giữa đường, tạo cơ hội cho ông bỏ trốn. May mà ông chạy thoát được đến xóm nhà lá của mấy người buôn thúng bán bưng, và họ đã không ngần ngại ra tay che chắn ông suốt mấy tháng trời. Nhờ vậy mới có ngày hôm nay cho ông đón vợ con.

Ở bót Bãi Sậy này ông quản Tư sẽ đón gia đình vào một khu phố lính nằm ở phía sau bót, mà cư dân trong vùng gọi là phố La Cua. Phố La Cua là một dãy phố trệt dành cho mấy người lính Việt và gia đình họ ở. Nó nằm khiêm nhường đằng sau dãy phố lầu ngó ra sông để cho lính Pháp và các công chức có quốc tịch Pháp sống. Trưa hôm nay phố La Cua đang chìm trong cơn mưa tầm tã bỗng có khoảnh khắc trời già buông tha, ló dạng giữa những đám mây đen, tỏa sáng trần gian với những tia nắng lung linh đón nhận ba mẹ con Thanh trong ngày đoàn tụ cùng ông quản Tư.

Sáng hôm sau Thanh thức dậy còn đang bỡ ngỡ, vừa hé mắt ra gặp phải bức tường vôi vàng bên mép giường, thay vì cái vách lá mùi âm ẩm của mấy tháng qua. Chợt nghe văng vẳng tiếng rao hàng bên ngoài, '*Xôi vò ... xôi vò đây*', Thanh tò mò bước ra hàng ba ở phía trước xem thử. Mặt trời đã lên cao khỏi góc phố, trải ngập ánh sáng bình minh trên sân cỏ, chói rực trên bức tường gạch ngăn cách giữa dảy phố ta ở phía sau và Tây ở phía trước. Quang cảnh nhộn nhịp của một ngày mới dần dà trải ra trước mắt Thanh. Học trò trong những bộ đồng phục tươm tất quần đen áo trắng tung tăng cắp cặp tới trường, mấy người đàn ông đa số ở tuổi tráng niên có người mặc thường phục có người mặc sắc phục cảnh sát, người thì trên đường ra chợ uống cà-phê, kẻ đến bót trình diện bắt đầu một ngày hành sự. Đàn bà từ lớn tới bé có người là vợ lính có người là giúp việc xách giỏ đi chợ, hay đang ngồi ăn sáng bên gánh hàng rong đặt trên bãi cỏ. Trên thềm xi măng trước phố hai bà lão ngồi trông cháu; gần đó một ông lão nghiện thuốc phiện ngồi tựa lưng dưới chân tường vật vờ trong cõi riêng tư.

Nhìn vẻ bề ngoài, phố La-cua mang trọn vẹn những âm thanh và hình ảnh của một xóm nhỏ, với những gương mặt bình dị có thể bắt gặp hằng ngày trên mọi nẻo đường, với những câu chuyện dân gian truyền tụng bên chén trà, chung rượu, ở quán lá đầu đường, hay những chuyện cổ tích bà ru cháu mỗi đêm vào những giấc mộng đầu đời. Những người đàn ông ở đây là ai nếu không phải là những người chồng biết thương yêu vợ, những người cha biết thương con, và còn là những hàng xóm biết đối xử tử tế với nhau. Khác chăng là trong những xóm nhỏ không có cảnh người tra tấn người, người giết người đôi khi chỉ để được thăng quan tiến chức. Khác chăng là ở đây còn có cái khám nhốt tù núp phía sau bót, giữa bốn bức tường âm u đầy rêu phong, chỉ chừa hai khung cửa sổ nhỏ dày đặt song sắt. Ngay cả gian nhà tắm nằm vô tội vạ gần đó để cho lính tắm rửa sau các buổi bố ráp ở vùng ngoại ô sình lầy, cũng chìm trong bí ẩn. Nhìn từ xa nó không khác một nhà kho, tường quét vôi vàng như các cơ sở thuộc địa khác. Bên trong trống trơn, vắng lạnh, đến độ rợn người. Bước vào chỉ thấy một dãy vòi *'bung sen'* chạy dọc trên bức tường đối diện. Vào những ngày trời oi bức, năm ba người vợ lính dẫn con đến cho chúng chơi với nước. Thỉnh thoảng bất ngờ bị đuổi, mấy bà mẹ dìu con hối hả chạy ra ngoài. Ở khuất trong góc nhà tắm có một cái hồ bằng xi măng, cao khỏi rún, lúc nào cũng đầy ắp nước. Mấy bà mẹ chạy ra tới cửa thường thấy hai tên '*rờ-sẹt*' (công an) lôi một người bị còng tay tiến vào. Mấy bà mẹ chẳng nói chẳng rằng ôm chặt các con vào lòng, cúi đầu hối hả bước nhanh về nhà. Trong lòng họ đều biết chuyện gì sắp xảy ra. Trẻ con vô tư cũng cảm nhận được những nỗi lo âu trong lòng mẹ của chúng. Một người tù sắp bị trấn nước tra khảo. Thường là tù nhân chánh trị. Không biết mấy bà mẹ của đất nước này còn phải tiếp tục bảo vệ con đến bao giờ, để các trò chơi lính kín bắt ăn cướp sẽ mãi là những trò chơi trẻ con, không biến thành những bi kịch luân hồi trí mạng giữa anh em trên sân khấu lịch sử trần ai.

#

Thanh trở về Sài Gòn ngày trước, ngày sau ba cô bạn thân kéo tới thăm. Mỹ Lệ, Dung, Loan và Thanh, tứ quý của trường Colette ngày nào, quây quần bên bàn ăn sau bếp, nói cười hả hê để bù đắp những ngày tháng xa cách chỉ biết nhớ nhau. Sau bốn năm học đầu đời dưới mái trường Colette và trải qua mấy năm chia sẻ ngọt bùi của tuổi thanh xuân, họ trở nên những người bạn gắn bó như ruột thịt dù hoàn cảnh và thân phận mỗi người một khác.

Dung với gương mặt tròn trĩnh, nước da bánh mật, ngọt ngào như dĩa trái cây của sông nước miền Tây. Không phấn son trang điểm, ngoài đôi mắt hột nhãn lấp lánh tinh anh, tuy thường vấn vương miền quá khứ man mác buồn nơi phương trời vời vợi. Nàng được tiếng là cháu nội của một chủ điền có tiếng tăm ở Cái Bè, nhưng sau khi ông nội Dung bị quân kháng chiến thủ tiêu vì tranh chấp quyền lợi, ba Dung phải bán tháo bán để cả trăm mẫu đất hương quả lấy tiền lên Sài Gòn làm ăn lánh nạn. Tuy nhiên vì không quen với công việc kinh doanh buôn bán, đụng đâu thua đó, rồi từ lỗ lã đi đến chỗ nợ nần chồng chất, đưa ông đến bước đường cùng phải gieo mình xuống sông dưới Cầu Bình Lợi tự vẫn. Thất bại của Ba Dung nơi thương trường là một trường hợp điển hình của hồi kết của nhiều gia đình phú hộ giàu có vào buổi đổi đời. Họ là nạn nhân của các định kiến xã hội lỗi thời coi việc buôn bán là một nghề hạ cấp, theo bốn thứ bậc Nhất Sĩ, Nhì Nông, Tam Công và sau cùng mới tới Tứ Thương. Từ đó mẹ Dung phải lặn lội thân cò nuôi ba chị em Dung. Mới mười lăm tuổi Dung phải thôi học ở nhà vừa giữ em vừa phụ mẹ mở quán cơm tấm ngay trước sân nhà. Năm sau, nhờ vốn liếng tiếng Pháp có sẵn, Dung dạy kèm tiếng Pháp kiếm thêm thu nhập cho gia đình.

Câu chuyện giữa bốn chị em sớm xoay sang đề tài không thể thiếu trong mỗi lần gặp mặt. Tình yêu. Thanh liếc mắt về hướng Dung dò hỏi:

- Còn chuyện bà với anh Ấn tới đâu?

- Thì bồ cũng biết rồi, cha mẹ đặt đâu con ngồi đó.

Mỹ Lệ lớn tuổi hơn hết trong số bốn chị em, lên giọng chị cả trêu em:

- Thôi đi, nếu cha mẹ đặt chỗ khác có chịu thiệt không.

Quay sang Thanh, Mỹ Lệ nheo nửa mắt,

- Si người ta muốn chết mà còn làm bộ đó.

Loan nhảy vào giải vây cho Dung, bằng cách chất vấn Mỹ Lệ:

- Còn chuyện bà với anh Sứ ra sao, ở đó mà theo chọc người ta.

Mỹ Lệ với mái tóc lên ngôi, bồng bềnh như hai lượn sóng vỗ thuyền, chỉ trả lời bằng cái bĩu môi *xăn-phú* (*'on s'en fout'* hay không quan tâm) cố hữu. Trái lại cặp mắt trong sáng thường giương to biểu hiện quan tâm tới bạn bè đã phản bội thái độ tưởng như bất cần đời, mà trên thực tế phản ảnh một bản lãnh tiềm tàng sẵn sàng giũ bỏ mọi vấn vương trong lòng đối với những chuyện nàng cho là nhi nữ thường tình.

Thanh như nhớ ra điều gì, thắc mắc hỏi:

- Ờ phải há, trước khi đi tôi nghe hai người muốn làm đám cưới. Chuyện đó tới đâu rồi nói mình biết.

Loan nhảy vào trách cứ,

- Nói gì bà, tụi tui ở đây mà bả còn giấu.

Mỹ Lệ ngập ngừng trước khi thố lộ, '*Anh Sứ theo Việt Minh. Ba tôi biết được ổng lo gần chết... Chuyện hôn nhân coi như ... khó mà thành.*' Trong khi mấy người bạn của Sứ bỏ vô khu theo kháng chiến, Sứ được lệnh mở một sạp bán mắt kiếng bên hông chợ Bến Thành dùng làm trạm liên lạc. Cả đám mới hiểu nỗi khổ của bạn, xúm lại an ủi, nhưng Mỹ Lệ gạt ra với cái nhún vai '*C'est la vie.*' (Đời là vậy.) Chợt cô nàng nhếch môi cười bí ẩn:

- Đâu ai nói, không có đám cưới là không thành vợ chồng được.

Ba chị em sững sờ trước ý tưởng táo bạo của bạn dù đó chỉ là lời nói nửa đùa nửa thật. Với bản lãnh của Mỹ Lệ mà các bạn đều biết thì không có gì là không thể trở thành sự thật một khi cô nàng đã quyết tâm. '*Thiệt sợ bà luôn,*' Loan nhẹ giọng bày tỏ lòng thán phục và cảm thông, hơn là một lời khuyên lơn hay ngăn cản, dù đối với bản thân Loan đó là một việc làm không tưởng. Thanh thấy cần đổi hướng câu chuyện để tránh cho Mỹ Lệ khó xử, nàng quay sang hỏi Loan:

- Bà nói chuyện người ta thì hay lắm, còn chuyện của bà với anh Hùng tới đâu rồi.

Hùng là anh của Mỹ Lệ, và từng là người *'hùng'* của Loan, cho đến khi cha mẹ Hùng vì thương con nên nghe lời đến nhà Loan xin cầu hôn, và phải chuốc lấy lời miệt thị, *'Nó không đáng xách guốc cho con tôi'*. Loan, con ông bà Đốc Phủ Sứ, tóc bới đầu lèo tuy còn trẻ tuổi đã phảng phất nét mệnh phụ, được bạn bè gọi là *'công chúa'*, nhưng tánh tình bình dị, ăn to nói lớn, nên thường bị trách yêu là không *'quý tộc'* chút nào. Vết thương trong lòng Loan vẫn chưa lành sau lần đổ vỡ trong tình yêu đầu đời. Mỹ Lệ biết rõ điều này hơn ai hết nên vẫn duy trì tình bạn với Loan, và để tránh cho Loan khỏi phải khó xử trước câu nói vô tình, Mỹ Lệ quay sang Thanh đùa,

- Còn bà nữa, bà chưa báo cáo cho tụi này biết mấy tháng ở dưới quê bà có gặp Hắc Công Tử hay Bạch Công Tử nào không.

Thanh mím chặt môi tỏ vẻ có bí mật không thể thố lộ, nhưng rồi cũng bật mí:

- Mình như ván đã đóng thuyền.

Cả bọn nhao nhao lên, kẻ trách móc, người dọa *'nghỉ chơi luôn'* vì Thanh phản bội lời thề không giữ bí mật giữa bốn chị em. Thanh bình thản trả lời,

- Bình tĩnh, bình tĩnh. Chuyện đâu còn có đó. Có công tử *'beau'* trai đến hỏi thiệt, và má mình bị ép quá nên ... ừ đại. Nhưng vừa về tới đây mình đã mét với ba mình. Ba mình đang nhờ người đem trả hết lễ vật lại cho họ.

Cả bọn thở phào, nhưng Mỹ Lệ gặng hỏi cho chắc:

- Tức là bà vẫn còn *célibataire* (độc thân)?

- *Oui, madame*... Dạ phải, thưa bà. Vừa lòng chưa.

Cuộc vui chóng tàn, trước khi chia tay Thanh hỏi, '*Ngày mai đứa nào muốn đi giẫy mả với mình?*'

- Tháng này là tháng mấy mà giẫy mả, Dung hỏi

- Phải há, qua Tết lâu lắm rồi mà, Loan nói.

- Ừ nhưng mình hụt giẫy mả má mình năm ngoái...

Thanh buông lững câu nói trong nỗi nhớ mẹ vời vợi.

#

Từ tờ mờ sáng Thanh đã thức dậy lo đi giẫy mả mẹ cô. Thanh đơm nửa ngăn gà-mên cơm rồi rải lên bên trên một lớp cá chà bông do tự tay cô mua một con cá lóc về làm cả buổi trời hôm qua. Đây là món ruột của mẹ cô lúc sanh thời, mà từ khi cô biết nấu nướng đã không quên làm mang theo để cúng mẹ mỗi dịp lễ Thanh Minh. Ngăn gà-mên thứ hai đựng bốn trái mận với một nhúm muối ớt để chấm. Trước cửa nhà cũ của Thanh có một cây mận thiệt sai trái. Thỉnh thoảng vào những buổi trưa chỉ có hai mẹ con ở nhà, mẹ cô thường lấy lồng hái mận xuống cho cô ăn. Thanh nhớ mãi bà thường cắt mỗi trái mận ra hai trước khi trao cho Thanh, để tránh cho cô ăn phải trái có sâu bên trong. Còn phần bà, bà chỉ để nguyên trái chấm muối ớt ăn. Đó là những giây phút lắng lòng hiếm hoi mà cô cảm thấy thật hạnh phúc bên mẹ. Ngăn gà-mên thứ ba cô tạm thời để trống, dành đựng thịt heo quay lát nữa trên đường đi cô sẽ ghé vô chợ mua. Thanh cẩn thận đặt gà-mên vào giỏ xách, bên cạnh bịch nhang với hai cây đèn cầy và một hộp quẹt diêm.

Thanh đi bộ từ nhà ra đầu cầu Máy Rượu đón xe 'lô' (*location*) ra chợ Xóm Củi. Từ đó đi bộ qua cầu Chà Và tới trước cửa Bưu điện Chợ Lớn, đón xe buýt đến gần cư xá bót Xây-nho để gặp Dung đang chờ ở nhà Mỹ Lệ trước khi ba chị em cùng lên đường. Trước đó Thanh còn ghé qua chợ Cầu Ông Lãnh mua 500 gram thịt quay và hai ổ bánh mì, để trước cúng mẹ sau cho mấy chị em ăn trưa luôn. Thanh cố ý đem '*lương thực*' rộng rãi vì còn để biếu gia đình chú Năm giữ nghĩa địa.

Ông Năm đang ngồi chuốt cần câu trước hiên nhà, nghe tiếng người ngoài ngõ ông vừa nhìn lên đã nhận ra Thanh, lật đật bỏ cái mác xuống phên, chạy ra cổng chào:

- Chà Cô Út đó phải không. Lâu quá hổng gặp. Ông quản lóng rày cũng khỏe chứ cô Út?

Từ sau khi mẹ Thanh mất mỗi năm ba Thanh đều dẫn nàng đi giẫy mả mẹ, nên cha con ông Năm quen mặt và coi như người thân. Thanh trả lời:

- Dạ khỏe cám ơn chú Năm. Lúc này chú thím và anh Rê cũng khỏe.

- Dạ, nhờ trời gia đình cũng được bình yên. Chỉ có cái là ... thời buổi giặc giã ít ai bén mảng ra đây cúng kiếng gì. Ngoại trừ khi chôn cất bà con thì mới thấy họ tới, bình thường vắng hoe.

- Năm ngoái tôi phải về quê lánh nạn nên cũng không tới được, Thanh nói.

- Cô Út khỏi lo, năm nào hai cha con tui cũng lo giẫy mả của bà Tư sạch sẽ, dù ông quản và cô Út có tới hay không.

Thanh cám ơn chú Năm và theo ông ra thăm mả mẹ cô. Có nơi cỏ mọc tới đầu vì ít ai còn dám ra đây thường. Ông Năm đi trước, cầm phảng phát trái phát phải mở đường. Ra tới nơi thì có thể thấy chứng tích mả của mẹ Thanh đã được giẫy từ mấy tháng trước, vì tương đối ít cỏ dại mọc hơn so với những vùng quanh đó, và ít ra chữ khắc trên mộ bia vẫn còn khá tươi màu sơn đỏ. Ông Năm theo thói quen với tay bứt mấy cây dây bắt đầu leo lên mả, xong lại cúi gập người nhổ sạch từng bụi cỏ dưới chân. Thanh đảo mắt nhìn quanh ngôi mộ mẹ mình, cảm thấy hài lòng nên lập lại lời cám ơn với ông Năm. Trong lúc Dung và Mỹ Lệ phụ đem đồ cúng ra sắp trên bệ đá ong ở phía trước mộ, Thanh đứng kế bên chăm chú đọc lại tên mẹ mình trên mộ bia, chợt quay sang nhờ ông Năm,

- Chú Năm ơi, làm phiền chú cho mượn lon sơn đỏ với cây cọ để tôi dậm thêm mấy chữ trên mộ bia. Tôi thấy chú có làm rồi, nhưng nghĩ cũng còn mấy tháng nữa tôi mới trở lại, nên sẵn dịp ở đây muốn dậm thêm lớp sơn mới cho má tôi vui.

- Dạ được cô Út.

Ông Năm vừa đi khỏi, bọn Thanh nghe tiếng la hú trêu chọc từ hướng một cái đồn Tây cách đó không xa. Hai tên lính Senegale mặt gạch (lính Phi Châu đánh thuê cho Pháp) đang tưới vườn rau phía sau hàng rào kẽm gai chỉ trỏ la lối, quơ tay múa chân bỡn cợt. Thanh cảm thấy bất an, giục mấy bạn:

- Thôi mình đốt nhang đèn lên cúng rồi đi nha mấy bồ.

Dung đang cầm bó nhang trên tay, vội vã cắm hết vào lon cát đặt trước mộ. Mỹ Lệ cười chế nhạo.

- Coi bà kìa, nhang chưa đốt, chưa ai khấn vái gì hết mà đem cắm rồi.

Mỹ Lệ bình tĩnh quẹt diêm quẹt đốt hai cái đèn cầy lên, châm lửa cho bó nhang, rồi nhỏ sáp xuống bệ đá cắm đèn. Xong đâu đó mới lên giọng chị cả ra lệnh:

- Mình sá vài sá rồi đi. Ở đây lâu coi bộ không tiện.

Dung nãy giờ không ngưng dõi mắt dòm chừng phản ứng của hai tên mặt gạch, chợt kêu lên:

- Nó chạy lại kìa.

May mà khi ông Năm về gần tới nhà cũng nghe được tiếng la ó ồn ào từ hướng đồn Tây, và để dự phòng bất trắc ông kêu thêm thằng Rê đi trở ra, hai cha con kẻ vác mác người vác phảng chạy tới bảo vệ ba chị em Thanh. Ông chỉ phòng hờ thôi, chứ mấy tháng nay ông coi như đã quen biết mấy người lính trong đồn. Số là từ ngày Nhựt đảo chánh, lính Pháp bị tước hết vũ khí. Trong khi có một số lính Pháp ở miền Nam bỏ trốn vào rừng tìm đường qua Cambodge, đa số được đồn trú tại chỗ để chỉ đường hay chỉ điểm các phần tử phản kháng cho Nhựt. Ở đồn này ngày trước có gần 20 người, đa số là lính Việt, sau đó phần đông bỏ đi chỉ còn lại vài tên lính Phi Châu mặt gạch và một thiếu úy người Pháp tên Paul, không biết từ đâu tới nhập bọn. Thỉnh thoảng họ thường vào xóm gặp dân xin trái cây ăn, nhưng thực chất là lân la dò hỏi tin tức về hoạt động của quân kháng chiến để cung cấp cho quân đội Nhựt.

Ba chị em chạy được nửa đoạn đường tới nhà ông Năm thì một tên lính mặt gạch đuổi tới gần kề sau lưng, may mà lúc đó cha con ông Năm cũng vừa tới nơi, quơ phảng quơ mác chặn đường hắn. Hắn gặp cha con ông Năm, hai người thường chặt dừa xuống cho hắn uống, nên xuống giọng nói với mấy cô là lâu ngày mới nhìn thấy người đẹp thành phố, muốn tới để bắt chuyện thôi. Mỹ Lệ thấy cần xoa dịu bầu không khí, trao đổi với hắn vài câu xã giao bằng tiếng Pháp. Mới nói mấy câu, Paul chạy tới. Hắn đang tắm khi nghe một tên lính vào báo cáo, định chạy theo để ngăn không cho lính hắn quấy nhiễu dân. Hắn xin lỗi vì chưa kịp mặc áo, trên người chỉ vỏn vẹn có cái quần sọc, để lộ bộ ngực trần đầy lông lá. Mặt hắn khuất phía sau đám râu tóc đỏ hoe, rậm rạp, chỉ chừa hai con mắt xanh long lanh, ánh lên đầy vẻ tò mò.

Sau khi Paul ra hiệu cho hai tên lính mặt gạch trở về đồn, hắn nói:

- Xin lỗi đã quấy nhiễu các cô.

Thanh vả lả:

- Không sao, chắc thấy người lạ đến, anh ấy muốn tới làm quen thôi.

Paul hỏi:

- Hôm nay là ngày đẹp trời, các cô đến viếng mộ người thân?

- Vâng tôi đi thăm mả má tôi cùng với hai người bạn đây.

Paul chìa tay ra bắt tay Thanh và tự giới thiệu:

- Tôi là Paul, còn các cô.

Sau khi ba chị em giới thiệu về mình, Paul hỏi tiếp :

- Mấy cô từ đâu tới?

Mỹ Lệ nhanh nhẩu trả lời :

- Chúng tôi ở cư xá bót Xây-nho, còn Thanh ở bót Bãi Sậy.

Ý của Mỹ Lệ muốn hắn biết mình thuộc gia đình công chức làm việc với Pháp, đề phòng nếu hắn có ý đồ gì khác. Ngược lại hắn chợt chau mày nhìn Mỹ Lệ. Sau một thoáng im lặng, hắn bảo có chuyện muốn nói riêng với cô và kêu mọi người về nhà ông Năm trước. Thanh đang do dự không muốn bỏ bạn ở lại một mình, thì nghe Paul hỏi Mỹ Lệ, *'Cô chính là con ông Sáu phải không.'* Thanh ngạc nhiên, nghĩ là họ quen biết trước nên kéo Dung đi.

- Đúng rồi sao ông biết.

- Tôi cũng từng làm việc ở bót Xây-nho một thời gian ngắn. Cô có nhớ tôi là ai không?

Mỹ Lệ ngờ ngợ có gặp Paul. Nhưng nghĩ có lẽ vì hắn giống Jacques, con ông Cò Pháp, đeo đuổi nàng cả năm trời.

- Xin lỗi tôi không nhớ đã gặp ông ở đâu.

- Cô nhớ lại xem, đêm Nhựt cướp chánh quyền, có người lạ nào trốn trong nhà cô.

Mỹ Lệ mới vỡ lẽ :

- À, ông uống rượu với ba tôi chiều hôm đó, và ở lại nhà tôi qua đêm. Ông ngủ trên cái ghế bố để trong nhà bếp.

- Vâng, cám ơn ba cô đã che giấu cho tôi được một đêm.

Paul nói giọng đầy mĩa mai, trước khi tiếp :

- Và chỉ được tới trưa hôm sau thôi, lính Nhựt đã đến bắt tôi. Cô biết tại sao họ được tin nhanh vậy không.

- Thật đáng tiếc. Tôi không biết.

- Chính ba cô sáng hôm đó đã báo với lính Nhựt.

- Tôi thật sự không biết. Chiều lại cha tôi cũng bị giam. Nếu cha tôi có làm chuyện đó thì cũng chỉ vì để bảo vệ gia đình, chắc ông cũng hiểu được nỗi khổ của gia đình tôi. Chúng ta đều là nạn nhân của lính Nhựt.

Paul bắt đầu lớn giọng,

- Tôi có thể hiểu được chuyện đó, nhưng tôi chỉ xin ông ta cho tôi ở nhờ hai hôm, để tôi liên lạc với một đồng đội tìm đường qua Cambodge.

- Tôi thật sự xin lỗi.

- Bây giờ cô nói xin lỗi thì có nghĩa lý gì. Tụi Nhựt đã bắt và tra tấn tôi suốt hai ngày, sau đó còn biệt giam tôi cả tháng. Tôi nên biết trước là không thể nào tin vào bọn An-nam dối trá, đểu cáng được.

Mỹ Lệ thẳng tay tát mạnh vào mặt hắn và quát lớn,

- Mầy không thể xúc phạm tới dân tộc tao. Chuyện gì nếu đã xảy ra, cũng chỉ là giữa mầy với gia đình tao thôi.

Hắn giận đỏ mặt, trừng trừng nhìn Mỹ Lệ, gào lên:

- Được. Tao biết lũ An-nam tụi bây trọng sĩ diện lắm. Để tao cho mầy một bài học, coi ai là chủ nhân ở cái xứ man rợ này.

Hắn bóp cổ Mỹ Lệ đến ngất đi, trước khi cưỡng hiếp cô.

Chương 3 : Người Mẹ Bất Đắc Dĩ

Ở xóm Cây Lý, ngoài bót Bãi Sậy còn có cái chợ mang cùng tên. Gần chợ Bãi Sậy có một quán nhậu ngó ra sông. Cảnh sát và công chức trong quận thường hẹn nhau tới đó để trước là tán dóc, sau nghe ngóng tin tức đồn đãi bên ngoài. Nguyên thủy nó là một quán trà của chú Sáu. Khách hàng thân thiện gọi chú là '*Sáu Trà*'. Từ ngày Tây cho lập bót ở đây, chú pha thêm cà-phê để bán. Quán ngày càng đông khách, thu hút không ít lính Tây, vậy là cái tên của chú cũng được Pháp hóa thành '*Six Thé*'. Dần dà thể theo lời yêu cầu của khách, quán có bán thêm rượu la-de với vài thứ mồi nhắm thiệt bắt, như tôm khô, củ kiệu, và cả hột vịt bắc thảo. Mấy bợm nhậu Việt Nam vui tánh nhại giọng người Pháp đổi tên chủ quán thành '*Xít Tê*', cái tên gắn liền với quán tới ngày hôm nay. Câu nói '*Tam sao thất bổn*' hổng chừng là bắt nguồn từ đây.

    Sáng nay ông quản Tư đạp xe ghé ngang qua nhà thầy giáo Hai rủ ra quán Xít Tê uống cà phê. Hai ông dù quen biết nhau không lâu nhưng xem ra rất thân tình. Người trong xóm dù ít ai thật sự quen biết thầy giáo

Hai vì vẻ bề ngoài đạo mạo ít nói của thầy, nhưng không ai là không nghe tiếng thầy. Thầy giáo Hai thường ngồi trên ghế bố dựa ở hàng hiên trước nhà đọc sách, đọc báo, hay cất giọng ngâm thơ sang sảng lúc cao hứng. Kẻ qua người lại ngoài đường cách đó mấy căn nhà đã bắt đầu nghe tiếng thầy. Khi nhắc tới giao tình với ông quản Tư thì thầy thường ngâm lên mấy câu thơ Lục Vân Tiên của Nguyễn Đình Chiểu:

"Trong đời mấy bực cố-tri,

Mấy trang đồng đạo, mấy người đồng tâm?"

Hai câu thơ hình như nói lên nhiều về nỗi niềm chung của hai người. Cả hai đều có con trai theo kháng chiến chống Pháp dù bản thân họ đang làm công chức cho Pháp. Hôm nay tiếng là đi uống cà-phê, nhưng trong lòng ông quản Tư chỉ có một mục đích là ra quán lấy '*tuy-dô*', nghe ngóng '*tin tức hành lang*', chứ tâm trạng đâu mà cà-phê với cà-pháo. Trong thời buổi nhiễu nhương, việc thay ngôi đổi chủ có thể xảy ra bất cứ lúc nào. Đối với một người dân thường đã là chuyện đáng lo, huống hồ gì là một công chức như ông. Dù Nhựt Hoàng đã tuyên bố đầu hàng vô điều kiện sau khi Mỹ thả hai quả bom nguyên tử thiêu hủy hai thành phố lớn Hiroshima và Nagasaki, nhưng không phải tất cả quân Nhựt đều rút ra khỏi Việt Nam. Một số vì tinh thần võ sĩ đạo tự mổ bụng theo truyền thống Harakiri. Số còn lại mang tinh thần quốc gia cực đoan, nghi ngờ mức khả tín của tin Nhật bại trận. Ngoài ra họ còn mang lý tưởng Đại Đông Á, chủ trương *'Châu Á thuộc người Á châu'* và đã rút sâu vào núi rừng Việt Nam trợ giúp các lực lượng kháng Pháp của người Việt. Các lực lượng rải rác này tuy không đông nhưng xuất hiện cùng một lúc với nhiều thế lực võ trang khác nhau, đang ra mặt tranh giành ảnh hưởng để trám vào khoảng trống quyền lực mà chánh quyền Pháp và quân đội Nhựt để lại. Loạn lạc dấy lên khắp nơi, không những do xung đột giữa các bên thù nghịch, mà còn do các tranh chấp chết người xảy ra ngay trong nội bộ một số lực lượng võ trang. Tình hình rối rắm càng trở nên phức tạp. Không biết gió sẽ theo chiều nào mà che.

'Mẫu quốc' Pháp thì kiệt quệ vì hậu quả của thế chiến thứ hai. Guồng máy thuộc địa của Pháp ở Đông Dương gần như hoàn toàn sụp đổ sau giai đoạn bị quân đội Nhựt khống chế, đặc biệt kể từ sau biến cố 9 tháng 3 năm 1945, ngày Nhật nổ súng đảo chánh Pháp, và sau đó chấp thuận để hoàng đế Bảo Đại tuyên bố Việt Nam đã giành được độc lập. Vì vậy Đồng Minh phải giao phó cho Ăng-lê nhiệm vụ ổn định tình hình Đông Dương, vì quân đội Anh có nhiều kinh nghiệm cai trị thuộc địa tại Á Châu, từ Ấn độ tới Mã Lai, Singapore tới Nam Dương. Thành thử trên bàn cờ thế sự lại có thêm con cờ Ăng-lê.

Ngồi bên bàn cà-phê im lặng hơn mọi ngày, ông quản Tư trầm tư nói lên nỗi lo của các công chức:

- Không biết Ăng-lê có dự tính thay Pháp luôn, và họ muốn làm gì ở đây nữa?

Đội Cừ ngán ngẩm than thân,

- Ờ, mình tiếng Tây nói chưa xong, tiếng Anh lấy đâu ra để làm việc cho mấy xếp Ăng-lê.... Hay còn chết nữa, là nếu họ đem người của họ theo thay mình.

Thầy giáo Hai nửa đùa nửa thật an ủi hai ông lính làm việc cho Pháp:

- Mấy ông an tâm đi, không hề hấn gì đâu. Trong lúc cấp bách dầu sôi lửa bỏng này họ mà thay mấy ông thì lấy đâu ra người giúp họ dẹp ba cái *'loạn sứ quân'*.

Ý thầy giáo Hai muốn nói tới các lực lượng võ trang cát cứ ở miền Nam, đang giành dân lấn đất, lập nhiều lãnh địa riêng trên cả nước. Ở Sài Gòn có quân Bình Xuyên, và ở nhiều tỉnh thành từ đông sang tây có các lực lượng giáo phái võ trang thuộc đạo Cao Đài ở Tây Ninh, Hòa Hảo ở Long Xuyên, vân vân. Ngoài ra còn có các băng nhóm du đãng, trong số đó có mấy tay anh chị khét tiếng như Năm Chảng lộng hành ở khu chợ Bến Thành. Ngay trong nội bộ các giáo phái cũng chia năm xẻ bảy. Quân đội Hòa Hảo mặc dù có tướng Trần văn Soái làm tổng chỉ huy, nhưng cũng có bốn tướng dưới quyền hùng cứ mỗi người một nơi. Trong số họ có hai nhân vật lẫy lừng vang tiếng khắp cõi miền Nam, đó là tướng Năm Lửa đặt bản danh ở Cái Vồn, Cần Thơ và tướng Ba Cụt tại Thốt Nốt, Long Xuyên, nổi tiếng ác ôn, nghe đâu từng đâm đinh sắt vô lỗ tai mấy điền chủ không chịu nộp tiền nuôi quân đội của ông ta.

Đội Cừ chưa an tâm, hỏi thầy giáo Hai:

- Nghe nói tướng Soái cũng theo Pháp, phải không Thầy?

- Ờ thì nghe nói ổng đã có thỏa thuận liên quân với đại tá Cluzet.

- Còn bên phía Cao Đài, sắp tới họ định làm gì vậy?

- Tôi cũng chỉ có thể đoán mò thôi. Chuyện của mấy ổng mình đâu biết được.

- Tui sợ thầy quá, lần nào hỏi tới cũng hổng biết. Vậy chứ uống chưa hết ly cà phê là xì ra toàn chuyện động trời.

- Thì như mấy ông biết đó. Trước khi Nhựt đến, lúc Pháp còn mạnh thì có vài thành phần giáo phái võ trang theo Pháp đánh Việt Minh. Khi Nhựt tới thì họ theo Nhựt chống Pháp. Sau cùng Nhựt thua trận, một số theo Việt Minh chống Pháp. Mạnh ai nấy tranh quyền đoạt lợi. Bữa trước liên minh, bữa sau thù nghịch.

Thầy giáo Hai lắc đầu ngán ngẩm nghĩ tới việc mấy con sâu '*sứ quân*' làm sầu nồi canh tôn giáo, để lại tai tiếng cho hai tôn giáo lớn ra đời ở miền Nam, xuất phát từ dân gian mang đậm bản sắc dân tộc, rất đáng được trân quý. Ông quản Tư ngao ngán đạp xe ra về, trong lòng còn một mối lo riêng. Cô Nhàn con gái lớn của ông sắp sanh. Từ tối hôm qua bà quản đã nhắc chừng ông phải chuẩn bị sẵn sàng để lên xóm trên rước bà mụ Mười về đỡ đẻ cho con.

#

Trời mưa tầm tã, từ chiều tới chạng vạng tối vẫn chưa dứt hột. Ngồi trong căn phố lính ở nhà ông quản Tư, bà mụ Mười chờ sốt ruột vẫn chưa thấy động tịnh gì. Chặp chặp bà quản Tư đoán theo sắc mặt của Nhàn lại kêu lên '*Chắc tới rồi bà Mười ơi*', nhưng với kinh nghiệm làm mụ đỡ đẻ cho hầu hết trẻ con sanh ra trong vùng này và cả hai vùng lân cận bên kia sông từ bao nhiêu năm nay, bà biết vẫn còn sớm, và phải chờ ít nhứt cũng vài tiếng nữa Nhàn mới sanh. Bà mụ xin phép phải về nhà lo chút việc riêng. Trước khi đi bà giải thích để trấn an mọi người trong nhà, là do Nhàn sanh con so nên hơi cực, vì cơ thể người đàn bà chưa quen, chứ mấy lần tới thì '*rặn ra cái rột chứ khó khăn gì.*'

Bà mụ đi chưa được bao lâu, bà quản đã hốt hoảng kêu lên '*Nó bị bể bịch nước rồi ông ơi*'. Ông quản Tư liếc nhìn đồng hồ quả lắc trên tường, thoáng lộ vẻ ưu tư, thầm nghĩ đã quá giữa đêm rồi. Dù trời đã tạnh mưa, nhưng ra đường giờ này thiệt nguy hiểm, dù là đi đâu, huống chi phải len lỏi vào xóm nhà bà mụ Mười ở phiá sau bót vào thời buổi loạn lạc này. Nhưng nghĩ tới tánh mạng con gái đang ở trong tay ông, ông quản Tư không chần chừ với lấy cái đèn *pin* mà ông đã chuẩn bị sẵn trên '*table de nuit*' (ông gọi cái bàn nhỏ kế bên giường ngủ), và theo thói quen với lấy khẩu súng lục giắt vào người trước khi bước vội ra cửa. Ông bương bả chạy đi rước mụ. Nhưng lúc trở về thì đã quá trễ. Bà mụ chỉ cứu được đứa con. Mạng của Nhàn không giữ được. Cô vĩnh viễn ra đi như một đứa con gái xấu số của ông bà quản Tư.

Ông quản chọn tên Thảo cho đứa cháu gái mồ côi từ lúc chào đời, để nhớ lòng hiếu thảo của Nhàn đối với cha mẹ dù phải sống gần cả đời với bệnh tật. Thanh một cô gái đang ở tuổi mộng mơ cảm thấy có sứ mạng thay chị nuôi con. Hai hôm sau ông quản Tư bị sở mật thám Pháp triệu lên điều tra, vì có kẻ tiểu nhơn rình rập báo cáo với thượng cấp là có người thấy ông đã đi một mình vào khu cấm lúc nửa đêm. Nghi vấn là tại sao ông có thể an toàn trở về từ khu xóm nằm trong vùng kiểm soát của Việt Minh. Tuy không bị tra tấn về thể xác, nhưng với cái sợ sẵn có và sự hù dọa gián tiếp của chánh quyền đã khiến ông mất ăn mất ngủ nhiều ngày. Sợ chết chắc ít, nhưng trong đầu ông cứ diễn đi diễn lại các cảnh tượng tra tấn mà ông đã từng mắt thấy, tai nghe. Những tiếng van xin kêu rú vì đau đớn cứ đeo đuổi ông, làm ông sanh bệnh lúc nào không hay. Từ đó mỗi đêm đi ngủ ông luôn giấu cái mác dưới bộ ván, như có ý phòng thân.

Chương 4 : Nổi Trôi Dòng Đời

Anh và Pháp tuy là hai nước đồng minh, hai láng giềng cách nhau chỉ một eo biển, nhưng lại mang một quá khứ tranh chấp và xung đột dai dẳng, nên chánh phủ Anh đã không thực lòng hỗ trợ nước Pháp củng cố thuộc địa Việt Nam. Trong khi đồng minh Mỹ thì trên căn bản vì lý tưởng tự do, từng giành độc lập từ Anh Quốc, chẳng lẽ nào giờ đây lại giúp Pháp duy trì một thuộc địa ở Á Châu. Sau sáu tháng miễn cưỡng thi hành nhiệm vụ ổn định Đông Dương do Đồng Minh giao phó, quân đội Anh âm thầm rút khỏi Việt Nam.

Chánh quyền thuộc địa Pháp vội vã tái lập, như đứa con bị bỏ chợ phải tự tìm đường sống. Các quan chức Pháp lại giở đủ mánh khóe ma mãnh mà trước đó họ vẫn thường sử dụng, là tạo thế ly gián giữa các phe phái võ trang chống Pháp. Họ mượn tay nhóm này bài trừ nhóm nọ qua nhiều quỷ kế liên minh tạm bợ. Ngoài ra họ còn làm hậu thuẫn cho các nhóm giang hồ khai thác mấy sòng bạc, tiệm hút, và những nơi ăn chơi nổi tiếng khác như một hình thức kinh tài, bổ sung ngân sách nuôi quân. Trong mấy tay trùm anh chị khét tiếng có tên Năm Chảng một '*Đại ca*' cầm đầu nhóm đàn em hoạt động tại địa bàn chợ Bến Thành.

Nội cái tướng mạo cao cả thước tám của Năm Chảng đã đủ khiến đàn em nể phục đôi phần, lại thêm cái cổ như bò mộng đội một cặp mắt trừng trừng bên trên, lúc nào cũng có vẻ sân si muốn phanh thây người đối diện. Nói như vậy không phải hắn là người không có đầu óc. Hắn là một kẻ lắm mưu nhiều chước. Nguồn gốc hỗn danh '*Năm Chảng*' của hắn là một bằng chứng. Vốn hắn tên Hổ vì sanh năm Dần, con thứ năm của một gia đình nông dân nghèo khó. Năm hắn mười bảy tuổi, có một con trâu rừng to lớn thường xuyên xông vào làng phá phách mùa màng. Người dân bất lực, lập đàn cầu Trời khẩn Phật cho trâu một đi không trở lại, nhưng cũng không xong. Để tỏ lòng thành, tránh làm phật ý trâu, dân làng còn trịnh trọng gọi nó là '*Ông Chảng*'. '*Ông Chảng*' dù được trọng vọng như vậy, vẫn cứ tiếp tục hết lần này tới lần khác trở lại làng phá phách kiếm ăn. Trong lúc dân làng đang hoang mang chưa biết làm gì hơn, thằng Hổ âm thầm nghĩ kế giết '*Ông Chảng*'. Nó mang rựa vô rừng chặt mây đem về, cuộn lại thành từng bó tròn cỡ cái thúng. Mấy hôm sau '*Ông Chảng*' quay lại, thằng Hổ mang bốn bó mây ra nghinh chiến. Mỗi lần '*Ông Chảng*' nhào tới húc, nó quăng một bó mây tới trước mặt cho trâu húc. Nếu húc trúng thì bó mây sẽ vướng cứng vào sừng trâu. Chỉ sau một lúc, bốn bó mây trùm kín hai sừng trâu, làm vô hiệu hóa võ khí lợi hại nhứt của '*Ông Chảng*'. Vậy là thằng Hổ xáp lại gần hơn, lấy phạng chém vào cổ trâu cho tới khi trâu chết mới thôi. Kỳ tích đó sau này đã theo nó đến chốn giang hồ làm đàn em thêm nể phục, nên đã ban cho nó cái tên '*Năm Chảng*'.

#

Hè Sài Gòn trời nắng gắt nhưng lại là mùa của Phượng Vĩ, những cánh hoa học trò thi nhau nở rộ từ sân trường đến hai bên đường phố. Tại bồn binh trước cửa chợ Bến Thành màu phượng đỏ chói chang mang thêm sinh khí cho một tụ điểm vốn đã tấp nập hằng ngày. Kế bên, khách vãng lai ra vào ga xe lửa Sài gòn-Mỹ Tho không khỏi cảm thấy vui lây.

 Ba năm sau cái ngày giẫy mả định mệnh, bác Sáu trai ba của Mỹ Lệ qua đời sau một cơn bạo bịnh. Mỹ Lệ may mắn được người quen giới thiệu vào làm *lonton* (planton), chạy giấy trong văn phòng công ty Hỏa Xa Đông Dương. Sau sáu tháng làm việc, nhờ tánh tình vui vẻ, lanh lợi Mỹ Lệ được cất nhắc lên đứng bán vé xe lửa tại ga Sài Gòn cho tuyến đường Sài Gòn-Mỹ Tho. Ở chốn xô bồ người đi kẻ đến Mỹ Lệ đã lọt vào mắt xanh của Năm Chảng. Hắn thường ngồi uống bia trước quán kem Kim Điệp đối diện ga xe lửa ở phía bên kia đường Lê Lai. Chỉ sau một lần nhìn thấy Mỹ Lệ trong bộ đồ đầm màu hường để lộ cặp đùi trắng ngần đang hấp tấp dẫn xe đạp qua đường đến sở làm, hắn đã bị tiếng sét ái tình vùi dập, hạ lịnh cho hai đệ tử lập tức điều tra thân thế của nàng. Năm phút sau, sau khi một thằng đàn em trở lại báo cáo về nơi làm việc của Mỹ Lệ, Năm Chảng đã giáp mặt nàng trước quầy bán vé xe lửa. Gương mặt dài, đầy đặn, trắng như bông bưởi làm hắn sững sờ. Hắn hỏi mua một vé xe đi Mỹ Tho. Cô thản nhiên nhìn hắn và tiếp tục làm nhiệm vụ của một người bán vé. Hắn hơi bất mãn vì đã không bắt gặp một phản ứng rụt rè nể sợ mà hắn quen nhìn thấy ở người đối diện, đặc biệt là từ phái nữ. Mỹ Lệ hỏi tiền vé, tên đàn em đứng phía sau móc túi trả tiền. Nàng nhận tiền, lấy vé, cho vào máy đục lỗ, và trao vé cho Năm Chảng. Hắn trợn mắt lên nhìn nàng, Mỹ Lệ nhướng mày hỏi:

- Ông còn cần chi nữa.

Vẻ thản nhiên gần như ương ngạnh của Mỹ Lệ làm Năm Chảng bất chợt cảm thấy thích thú, hắn nhếch mép cười khẩy, và bắt đầu thay đổi chiến thuật.

- Tôi tới đây, dĩ nhiên là để mua vé xe, chứ không lẽ để dê cô sao?

Lệ bật cười thành tiếng. Gương mặt thật hồn nhiên, lại toát lên vẻ thân thiện dễ gần gũi. Năm Chảng trở nên bối rối, nghĩ bụng mình đã gặp địch thủ thứ thiệt rồi. Tuy nhiên để vớt vát, hắn giả nghiêm ra lệnh:

- Bán cho tôi một vé đi Mỹ Tho.

- Tôi mới đưa ông một vé đó.

- Bây giờ tôi muốn mua thêm một vé nữa được không.

Lệ cúi xuống bàn thản nhiên lập lại thủ tục bán vé lần trước. Năm Chảng quan sát từng động tác của Mỹ Lệ, gật gù đắc ý với một '*chiến lợi phẩm*' mà hắn quyết định phải chiếm cho bằng được.

Cầm hai vé xe lửa trong tay hắn bâng quơ chào Mỹ Lệ:

- Vài bữa gặp lại cô nghen.

Bước được vài bước hắn đưa hai vé xe cho thằng đệ tử bán lại kiếm tiền cà-phê.

Qua ngày hôm sau, hắn đã biết được Mỹ Lệ đang sống với mẹ già và một đứa con trai lai Tây, ba tuổi. Năm Chảng bèn xúc tiến chiêu thức lập bà nhỏ mà hắn đã sử dụng ít nhất là hai lần trước đây. Bắt đầu hắn sai đàn em mỗi ngày đem đến biếu mẹ của Mỹ Lệ khi thì hai ký thịt heo, khi thì một con cá lóc, hay một con gà, một con vịt, đủ cho ba mẹ con có mấy bữa ăn thịnh soạn. Sau một tuần lễ hắn ra mặt, mang theo khay trầu cau, và ba hộp nữ trang, gồm một cái *lắc* tay cẩm thạch, một sợi dây chuyền vàng và một chiếc cà rá hột xoàn cỡ ba ly đến nhà gái hỏi cưới. Chiêu này chưa bao giờ thất bại, nhưng lần này Mỹ Lệ có điều kiện đặt ra với hắn. Năm Chảng phải giúp nàng được tự tay giết chết tên thiếu úy người Pháp đã cưỡng bức nàng. Nàng từng theo dõi và biết Paul đã giải ngũ và đang làm đại diện cho hãng xe Peugeot có trụ sở nằm trên đường Norodom phía trước Thảo Cầm Viên.

#

Tài xế vừa lái xe qua khỏi cầu chữ Y, Đực tên đệ tử thân tín của Năm Chảng ngồi ở băng trước rút khẩu súng *ru-lô* giắt bên hông ra, với về phía sau trao cho Mỹ Lệ. '*Chị Năm ơi, anh Năm dặn em đưa cho chị nè*', nó gọi Mỹ Lệ là chị Năm dù nàng chưa phải là vợ của đại ca nó. Mỹ Lệ nhìn khẩu súng trên tay Đực giương mày kinh ngạc. Mặc dầu nàng đã căn dặn Năm Chảng phải để tự tay mình giết '*thằng Tây khốn nạn*' đó, nhưng lần đầu đối mặt với võ khí giết người, nàng không khỏi thảng thốt, ngả người ra phía sau né tránh. Thằng Đực nhanh nhẩu động viên:

- Dễ lắm chị ơi. Chút nữa gặp nó, em lên đạn sẵn. Chị cứ nhắm vô đầu nó bóp cò, cạch một cái, nó chết không kịp ngáp. Chị cầm thử đi cho quen tay.

Mỹ Lệ do dự đỡ lấy khẩu súng, không ngờ nó nặng hơn nàng tưởng nhiều. Theo phản xạ, Mỹ Lệ bám chặt lấy khẩu súng. Một luồng khí lạnh xâm chiếm cơ thể nàng, mồ hôi toát đẫm bàn tay. Những nỗi sợ hãi từng ám ảnh Mỹ Lệ từ thuở ấu thơ, tưởng đã chôn vùi vào quên lãng, bỗng chốc tràn về như một cơn ác mộng giữa ban ngày. Tai Mỹ Lệ vang lên những tiếng kêu la thảm thiết của tù nhân bị tra tấn xuất phát từ cánh cửa sổ trên lầu hai của bót Xây-nho, đã hơn một lần vượt qua bức tường thành ngăn cách, để tìm tới tai đứa bé tên Mỹ Lệ sáu tuổi đang chơi trong vườn trẻ bên dưới.

Lần cuối cùng chị vú em dẫn Mỹ Lệ đến vườn chơi là lần vú phải chạy đến bụm hai tai Mỹ Lệ sau một tiếng nổ chát chúa bên kia bức tường vô tri. Nhưng vô ích, bàn tay nhỏ bé của vú làm sao che đậy hết chứng tích bạo tàn của thế gian. Nó đang tích lũy trong tâm khảm Mỹ Lệ, gặm nhấm tuổi thơ của nàng. Mỹ Lệ dõi mắt ra xa bên ngoài khung cửa xe tìm về vùng ký ức cấm kỵ của bản thân. Vẫn còn đó nét mặt đăm chiêu của ba, ánh mắt lo âu của mẹ, những tiếng nói thì thầm, những nỗi sợ hãi cố che giấu hay giả vờ cho qua tại những bữa cơm sau khi nghe tin có người quen biết xa gần bị giết. Ai giết và tại sao giết chưa bao giờ là đề tài trao đổi, nó mãi mãi chỉ là những câu hỏi không lời đáp trong đầu trẻ con. Ngày qua ngày, người lớn tiếp tục hiểu ngầm, trẻ con tiếp tục thắc mắc. Hình ảnh một thằng chỏng chợt ùa về. Nó được kéo lên để ngửa trên bãi cỏ, thân chương phình dưới lớp vải đen, mặt phù tím rịm, hai mắt sưng húp, nhắm kín, làm mồi cho đám ruồi chen chúc bu quanh. Trong đầu óc non nớt của trẻ thơ tất cả những điều khủng khiếp đó đều xuất phát từ vật nàng đang cầm trên tay. Nó chính là hung thủ tra tấn, giết người, chôn sống, thả người trôi sông.... Nàng kinh tởm nó, muốn vất nó đi.

- Tới rồi chị.

Tiếng thằng Đực kéo nàng về thực tại. Xe dừng lại bên ngoài tường rào sở Ba Son, cơ xưởng đóng tàu và sửa chữa thuyền bè của Pháp gần khu thương cảng Sài Gòn ở bến Bạch Đằng, và cũng là cái nôi cách mạng kháng Pháp của đội ngũ công nhân Việt Nam. Đực dẫn Mỹ Lệ len lỏi qua khỏi xóm dãy nhà sàn của công nhân, đến kho vật liệu bỏ hoang ở phía sau. Bên trong trống rỗng ngoài mấy cột trụ xi măng chống đỡ trần nhà. Paul bị trói ngược vào trụ cuối ở sâu bên trong, đầu thả gục trước ngực, mắt nhắm nghiền, toàn thân như cái xác không hồn.

Thân hình cao lớn của hắn ngày nào giờ như miếng da thú nhày nhụa bị căng ra trên cột, đầy những vệt bầm tím rịm và những vết roi hằn máu đỏ xẻ ngang cắt dọc trên cái ngực trần của hắn. Hôm bắt được Paul, Năm Chảng muốn làm vui lòng người đẹp, đã ra lệnh cho đệ tử: *'đập nó một trận cho thấy mụ nội nó, nhưng đừng để nó chết.'* Giờ thì hình như hậu quả đã có tác dụng ngược, theo bản năng một người lương thiện Mỹ Lệ bỗng cảm thấy sót sa trong lòng. Tuy nhiên nhớ tới nỗi nhục nàng phải chịu dưới tay hắn, Mỹ Lệ thẳng tay chĩa súng vào Paul giận giữ gào thét (bằng tiếng Pháp):

- Tại sao? Tại sao?

Paul uể oải cố ngước mặt lên. Vừa nhướng mắt nhìn, hắn đã ngạc nhiên nhận ra Mỹ Lệ, vội lắp bắp đáp lời:

- Tôi rất hối hận, tôi thật tình xin lỗi cô.

Hắn vừa ngước mặt lên, Mỹ Lệ sững sốt, bàng hoàng bắt gặp một khuôn mặt quá thân thuộc. Chiếc mũi thon cao và làn mi dài cong hướt lên, lúc nào cũng dường như mang lại một nụ cười cho cặp mắt hạt giẻ long lanh phía sau. Làm sao nàng có thể nhận lầm được, đó là khuôn mặt mà nàng đã nựng nịu, yêu thương, chìu chuộng ba năm nay. Đó là Sáng con của nàng. *'Cha con nó giống nhau đến vậy sao'*, nàng thầm nhủ, dù cho ánh mắt Paul giờ đã mệt mỏi thất thần sau một ngày bị tra tấn. Lửa uất hận trong lòng Mỹ Lệ bỗng vô cớ bị dập tắt. Làm sao nàng có thể xuống tay giết chết một khuôn mặt từng là lẽ sống của nàng trong suốt mấy năm qua ... cho tới ngày hôm nay, và sẽ mãi mãi trong những ngày tháng còn lại.

Mỹ Lệ nhìn khẩu súng trong tay, trở nên bối rối, bâng quơ nói:

- Anh đã hủy hoại cuộc đời tôi, anh biết không.

- Tôi biết, tôi biết. Tôi đã có lỗi nhiều với cô. Cô muốn xử tôi thế nào cũng được. Tôi chỉ mong cô có thể tìm được một chỗ trong trái tim cô để tha thứ cho tôi.

- Quá muộn rồi. Ba tôi đã chết vì anh.

Mỹ Lệ lớn giọng đáp trả. Cha cô hết sức đau buồn sau khi biết được Paul vì trách ông mà đổ hết tội lên đứa con gái duy nhứt của ông bà. Ông cảm thấy bất lực trước nhiều biến cố dồn dập trong đời nên đã tìm tới men rượu để giải sầu, và chẳng bao lâu sau sanh bịnh mà chết.

Paul thì thầm:

- Tôi thật ân hận nghe tin buồn của ba cô và nỗi mất mát lớn lao cho gia đình cô. Tôi ước tôi có thể làm được điều gì để xoa dịu phần nào nỗi đau của cô và gia đình cô.

- Chúng tôi không cần gì nơi ông ...

Chưa dứt lời Mỹ Lệ đã ràn rụa trong nước mắt, buông rơi khẩu súng, quay đầu tránh ánh mắt của Paul, ôm mặt nức nở khóc. Paul thảng thốt, miệng mấp máy:

- Tôi xin lỗi ... tôi xin lỗi. Nếu là điều gì tôi nói đã làm cô đau lòng, xin cô thứ lỗi cho tôi.

Lòng Mỹ Lệ gào lên *'Anh có biết chúng ta đã có một đứa con không?'* nhưng lời không thoát ra được, nó nghẹn ở cổ Mỹ Lệ. Nàng vội xoay người bước đi, về hướng những tia nắng soi đường xuyên qua các khe hở trên thành cánh cửa sắt rỉ sét.

Đực đứng bên ngoài hút thuốc lá chờ đợi. Ngạc nhiên vì chưa nghe tiếng súng đã thấy Mỹ Lệ bước ra, Đực hỏi:

- Ủa sao em hổng nghe gì hết vậy chị.

Mỹ Lệ không trả lời, dõi mắt ra khỏi vòm bóng mát dỗ dành của cây me cổ thụ trước cửa kho, ngửa mặt tắm mình trong khoảng trời xanh bao la, rực rỡ nắng hồng bên trên. Đực hấp tấp chạy vào bên trong quan sát, và thất vọng trở ra với khẩu súng trên tay:

- Chị để em dứt điểm nó nha chị?

'*Đừng*' Mỹ Lệ chợt la lớn. Đực giật mình thắc mắc,

- Sao vậy chị. Mình thả nó, chắc anh Năm giết em quá. Chị biết không ảnh chi địa dữ lắm mới bắt được nó đó.

Càng nói Đực càng cảm thấy lo sẽ bị đại ca hắn trị tội vì làm hỏng việc được giao phó. Nó chẳng nói chẳng rằng xách súng đi ngược vào kho để giết Paul. Mỹ Lệ hốt hoảng chạy theo la lớn:

- Đừng ... đừng ... đừng làm vậy.

Một chiếc xe Traction đen từ ngoài lao vào khu sở Ba Son thắng gấp, bánh xe rít trên mặt đường, trớn còn lại đẩy xe dạt vào lề đất, vấy lên đám bụi mịt mùng trước khi ngừng hẳn bên cạnh xe của Đực, đánh thức anh tài xế đang ngái ngủ trong xe. Cảm giác có biến động, Đực kéo vội Mỹ Lệ vào bên trong kho, đóng cửa lại, thủ súng trên tay chờ đợi. Tới khi nghe tiếng nói của Năm Chảng bên ngoài Đực mới thở phào nhẹ nhõm, lật đật hai tay xô cửa ra.

Một người Pháp trong bộ vết trắng ngả màu nhàu nát hối hả theo Năm Chảng tiến nhanh vào bên trong. Ông ta dáo dác nhìn quanh, miệng lắp bắp hỏi '*Paul đâu ... Paul đâu*' bằng tiếng Việt. Đực đưa họ vào sâu bên trong, vừa thấy Paul ông chạy đến ôm chầm lấy hắn, lẩm bẩm bên

tai '*Cám ơn Chúa, mầy vẫn còn sống.*' Ông ta chính là Đại Úy Gauthier, Trưởng Phòng Tình báo '*Deuxième Bureau*' của Pháp với hỗn danh '*Phòng Nhì*', là một cơ quan đã gieo rắc bao nỗi sợ hãi trong dân gian và căm phẫn trong lòng những người kháng chiến chống Pháp. Paul sau khi giải ngũ đã bí mật làm việc cho Phòng Nhì, núp sau bình phong là nhân viên đại diện hãng xe Peugeot.

Năm Chảng ra dấu đàn em cởi trói cho Paul. Đại Úy Gauthier dìu Paul ra xe. Mỹ Lệ nhìn theo như vừa xem xong một đoạn phim trên màn ảnh. Không oán giận, không buồn phiền, chỉ có cảm giác được giải thoát. Mọi chuyện phải đến đã đến và đã qua đi. Nàng theo chân Năm Chảng bước lên xe. Trên đường về Mỹ Lệ nghĩ tới con, ước được ôm con vào lòng nói, '*Má vừa gặp ba con.*' Nàng bỗng mím chặt môi, cố cầm lại những giọt nước mắt chực tuôn trào, thầm nhủ, '*Nó còn nhỏ quá để biết những điều nó cần biết.*'

#

Buổi sáng Chúa Nhựt đẹp trời Mỹ Lệ chợt có ý nghĩ dẫn con vào thăm Thanh. Thanh đang ngồi duyệt sổ sách tiền lương công nhân trên bàn '*bureau*' thì Lý, cô giúp việc, chạy vào báo '*Thưa cô Út, có Dì Lệ tới kiếm*'. Gần đây có một người bạn khá giả của ông quản Tư rủ ông hùn vốn vào một công việc làm ăn. Họ thầu phá vách tường một kho gạo bỏ hoang để lấy xà bần bán. Chuyện quản lý nhân công thì hai '*ông già*' giao hết cho Thanh, theo lời người bạn của ông quản Tư.

Bất cứ lúc nào, dù bận chuyện gì, Thanh cũng rất vui gặp mặt Mỹ Lệ. Giữa bốn người bạn thân, có lẽ Mỹ Lệ là thân hơn cả. Không hẳn vì lần Mỹ Lệ gặp nạn trong chuyến giẫy mả đã khiến Thanh cảm thấy có lỗi đối với bạn. Từ nhỏ tánh '*chị hai*' của Mỹ Lệ, lúc nào cũng sẵn sàng ra tay bảo bọc bạn bè như em ruột mình, đã khiến Thanh cảm phục và quý mến bạn.

Thanh nhờ Lý trông chừng Sáng và Thảo để hai chị em nàng được rảnh bên nhau, sau khi bông đùa với hai đứa nhỏ:

- Thôi hai ông bà ra ngoài sau vườn chơi đi.

Mỹ Lệ cũng rất vui mỗi khi gặp bạn, và hôm nay có ý định thổ lộ tâm tình cùng Thanh về chuyến gặp gỡ đầy sóng gió với Paul, vì nó đã để lại một nỗi đau trong lòng Mỹ Lệ tưởng chừng sâu đậm hơn lần trước. Tuy nhiên liếc qua chồng hồ sơ sổ sách chi thu trên bàn làm việc của Thanh với mấy tấm *reçu* (biên lai, biên nhận) lớn nhỏ, Mỹ Lệ biết mình đã đến không phải lúc. Nàng kiếm chuyện cười nói qua loa rồi cáo lui ra về. Trước khi từ giã, Mỹ Lệ xin một chai thuốc sát trùng *Teinture d'iode*, lấy cớ Sáng độ rày khỉ khọt lắm cứ bị trầy sướt hoài. Thanh kêu một chiếc Taxi đưa hai má con Mỹ Lệ về. Mỹ Lệ vẫy tay chào bạn, miệng nhép *'Adieu'*. Thanh với tay vào bên trong xe vò tóc Sáng, miệng dục bé Thảo chào bạn.

Chiếc Taxi từ từ lăn bánh, Thanh vẫy tay theo. Nhìn gương mặt dàu dàu của Mỹ Lệ hôm nay Thanh cảm thấy bất an. Vừa bước được vài bước vào nhà Thanh chợt thắc mắc, *'Con nhỏ này sao bữa nay trở chứng nói lời từ giã nghe như vĩnh biệt. Tại sao nó không nói 'Au revoir', lời tạm biệt thông thường như mọi khi'.*

Chiều lại cơm nước xong xuôi, như mọi bữa hai mẹ con Thanh ra ngồi hóng gió trên cái băng đá mài màu gạch đặt trước sân nhà. Lý ngồi kế bên, trên cái giá bằng xi-măng che đồng hồ nước phía dưới. Thanh ôm con vào lòng hỏi, *'Mẹ này là mẹ của ai'*, Thảo trả lời *'Mẹ này là mẹ của con.'* Thanh lại hỏi *'Con này là con của ai'*; Thảo đáp *'Con này là con của mẹ.'* Mỗi ngày mẹ con thủ thỉ cho nhau nghe ba bốn lần một điệp khúc như vậy. Dường như Thanh cảm thấy cần lặp đi lặp lại những lời nhắc nhở về vai trò làm mẹ bất đắc dĩ của mình, để tự dặn dò bản thân phải ráng sống sao cho yên lòng người chị yêu quý dưới suối vàng đã giao phó bé Thảo cho mình.

Thanh hỏi Thảo trưa nay đi chơi với Sáng có vui không. Thảo trả lời cộc lốc, '*Không*'. Lý nghe vậy xen vào, '*Dạ, chắc lạ chỗ hay sao đó, thấy thằng Sáng ít chạy giỡn như mấy đứa.*' Thanh chợt thắc mắc, trưa nay Mỹ Lệ nói lúc này Sáng '*khỉ khọt*' lắm mà. Càng nghĩ Thanh càng thấy băn khoăn, '*Vậy nó xin mình chai thuốc sát trùng làm gì kìa?*'. Thanh buột miệng kêu lên, '*Thôi chết*', rồi giục Lý vào xóm trong kêu ông Tư tài xế taxi lấy xe đưa nàng đi gấp. Sau khi thu xếp cho Thảo ngủ đỡ với bà ngoại của cháu đêm nay, Thanh ra trước nhà chờ xe mà trong lòng ruột gan rối bời.

Xe vừa ngừng lại ở đầu hẻm, trời đã nhá nhem tối, nhưng Thanh vẫn hối hả đi như chạy tới trước nhà Mỹ Lệ, dồn dập gõ cửa. Thím Sáu, má của Mỹ Lệ, ra mở cửa. Thanh vừa bước chân vào nhà đã hỏi Mỹ Lệ đâu.

- Hai má con nó hổng biết làm giống gì mà bữa nay đi ngủ sớm.

Thím Sáu trả lời. Thanh càng cuống quýt, vừa gọi tên Mỹ Lệ vừa bương bả đi vào buồng trong. Mỹ Lệ đang ru con ngủ, nghe tiếng Thanh giục giã, lo lắng hỏi:

- Tui đây nè, có chuyện gì vậy.

Thanh đến ngồi bên mép giường hỏi bạn,

- Bà làm gì đó?

- Tui đang cho con ngủ. Thấy bữa nay nó lần thần quá tui tính để nó ngủ sớm một chút.

- Bà nói thiệt tui nghe, bà lấy chai Teinture d'iode về chi vậy?

Mỹ Lệ do dự hỏi

- Bộ bà biết tui đặt chuyện xin thuốc cho thằng Sáng hả?

- Tui biết ngay mà. Bà cũng thiệt tình. Chuyện đâu còn có đó, cần gì thì nói với tui một tiếng.

- Bà nói gì vậy?

- Thử nghĩ coi bà mà có mệnh hệ nào thì thằng Sáng, với thím Sáu nữa, sẽ ra sao đây.

- Cái gì? Bà tưởng tui muốn lấy thuốc đó tự vận hả?

Mỹ Lệ nhào tới ôm chầm lấy Thanh, dòng nước mắt hạnh phúc tuôn trào, Mỹ Lệ cố nói qua nụ cười cảm kích:

- Xin lỗi nha Thanh, làm cho bà phải lo. Ban đêm ban hôm, ba chưn bốn cẳng chạy tới đây cứu tui đó hả? Thương bà quá.

Mỹ Lệ ghì lấy Thanh, vuốt lưng bạn giải thích:

- Bữa kia má tui làm cá bị đứt tay, mà chai thuốc ở nhà cũng gần hết, nên sẵn dịp có chuyện muốn thăm bà tui xin luôn một chai mới vậy mà.

- Bà cũng ác thiệt, tại sao không nói thuốc đó là cho thím Sáu.

- Nói thiệt thì tui sợ làm bà buồn, vì gợi lại chuyện má lớn của bà.

Tới phiên Thanh, đôi mắt trở nên đỏ hoe, ôm chầm lấy bạn, trách yêu:

- Thân bà lo chưa xong, còn sợ tui buồn. Bà này cũng thiệt tình.

Từ buổi giẫy mả định mệnh tới nay Thanh luôn thấy áy náy trong lòng vì đã rủ Mỹ Lệ đi cùng và đã không bảo vệ được nàng. Đến phiên Thanh ôm chặt vai Mỹ Lệ thủ thỉ:

- Bữa đó đáng lẽ tụi tui không nên bỏ bà một mình với thằng quỷ đó.

Mỹ Lệ vội đáp:

- Tới nay mà bà còn nghĩ về chuyện đó hả? Quên đi chị cả ơi. Chuyện đó đối với tui bây giờ là dĩ vãng rồi.

- Thiệt không vậy, bà hận nó lắm mà.

- Nghe tui nói nè, hồi sáng tui muốn gặp bà cũng để nói chuyện thằng quỷ đó chứ còn gì nữa.

- Vậy sao bà hổng nói?

- Một phần vì thấy bà bận rộn quá, khách khứa vô ra hoài. Nhưng bà cũng biết tánh tui mà, giỏi tài để bụng chứ có bao giờ chịu nói ra đâu. Ở nhà thì muốn qua bên kể hết cho bà nghe, tới nơi thì do dự hổng biết nói gì. Nói chuyện mình hoài thấy vô duyên quá, nên lại thôi.

- Vậy bây giờ nói thiệt tui nghe. Bộ bà gặp nó hả?

Mỹ Lệ dòm ra bộ ván phía trước coi mẹ mình đã ngủ chưa, rồi kề tai Thanh kể lại mọi tình tiết lúc gặp Paul. Nước mắt ràn rụa, Mỹ Lệ nhắc lại từ giây phút sửng sốt khi nhận ra các nét thân thương quen thuộc của Sáng trên gương mặt của ba nó, và nỗi ray rứt, tự trách nàng đã không tạo cơ hội cho con mình được gặp cha nó.

Thím Sáu đang nằm thiêm thiếp, nghe có tiếng gõ cửa bên ngoài, lầm bầm '*Ủa ai vậy kìa,*' rồi uể oải ngồi dậy xỏ guốc đi ra mở cửa. Từ ngoài thím Sáu kêu vọng vào, '*Có Ông Tây nào tới kiếm nè tụi bây ơi.*' Mỹ Lệ giật mình, tự hỏi có thể nào đó là Paul không, nhưng nàng xua ngay ý nghĩ không tưởng đó. Thanh cảm nhận vẻ bối rối của bạn, bước vội ra cửa. Nếu Paul không nhanh nhẩu xưng tên, Thanh không thể nhận ra anh vì bộ râu ria xồm xoàm mà Thanh thấy lần trước đã không còn. Thanh hấp tấp vào bên trong báo tin. Mỹ Lệ lên giọng giận dữ:

- Bà ra đuổi nó đi dùm tui.

Qua mấy lần tâm tình, Thanh hiểu cái cứng cỏi mà Mỹ Lệ muốn phô bày thật ra là đang che giấu một nỗi đau dằng dặt trong lòng. Thanh ngồi xuống bên cạnh khuyên nhủ bạn,

- Coi bà vậy nữa rồi kìa. Có gì thì nói. Nói ra được mới đỡ, chứ để trong lòng hoài thét cũng sanh bịnh nữa à.

Nghe lời trách móc nặng lòng khuyên nhủ và nhìn ánh mắt ân cần đôn đốc của bạn, Mỹ Lệ miễn cưỡng bước ra gặp Paul. Nàng sững sờ nhìn Paul với cử chỉ khiêm tốn thu mình trong chiếc chemise trắng tinh. Rõ ràng nét thơ ngây đáng thương của Sáng những khi làm lỗi đang hiện rõ trên khuôn mặt của chàng. Thêm dáng vẻ nhún nhường khẩn xin một sự tha thứ nơi Mỹ Lệ đã làm chao đảo lòng nàng. Mỹ Lệ lui vào bàn, thả người xuống ghế. Thanh cố tình mời Paul ngồi bên cạnh Mỹ Lệ, trước khi lui ra sau bếp lo pha trà, nhưng thím Sáu đã giành làm. Thanh từ giã ra về, thầm nghĩ, '*để hai ông bà họ được riêng tư*'. Mỹ Lệ lại hết mực cản ngăn, '*Bà bỏ đi, một mình tui chết đó.*' Lời nói không biết cố ý hay vô tình đánh động mặc cảm có lỗi của Thanh đối với Mỹ Lệ, vì đã bỏ rơi bạn lần trước. Thanh do dự kéo ghế ngồi bên mép bàn.

Paul thoáng cảm thấy lúng túng trước sự hiện diện của kẻ thứ ba, nhưng thầm nhủ thà vậy còn hơn nếu Mỹ Lệ quyết định không tiếp anh. Anh nhìn Mỹ Lệ ngập ngừng nói,

- Cám ơn cô đã tiếp tôi. Tôi biết dù nói thêm bao nhiêu lời xin lỗi cũng vô ích, nhưng tôi vẫn muốn nói. Xin cô chấp nhận cho.

Mỹ Lệ ngồi yên mắt dán xuống mặt bàn. Paul tiếp:

- Thật ra từ hai năm qua sau khi về Sài Gòn tôi đã trở lại bót Xây-nho tìm cô, nhưng không ai biết gia đình cô đã dọn đi đâu. Thành ra, rất đáng tiếc, phải gặp lại cô trong hoàn cảnh này. Dầu sao tôi cũng cám ơn Năm Chảng đã kể lại mọi việc với tôi.

Paul ngập ngừng và thoáng đưa mắt về hướng Thanh. Thanh cảm thấy Paul muốn thổ lộ tâm sự nhiều hơn, nhưng có thể cảm thấy bất tiện vì sự hiện diện của nàng. Phần Paul, thấy Mỹ Lệ dù không trả lời chàng, nhưng ít ra không giận dữ hay gào thét như lần gặp gỡ trước, Paul bèn bạo dạn nói thẳng lý do chàng đến tối nay:

- Cô có thể cho phép tôi gặp con tôi được không?

Mỹ Lệ òa lên khóc. Nước mắt tuôn trào ướt đẫm hai lòng bàn tay đang che kín mặt. Lâu nay những mơ ước được nghe Sáng kêu một tiếng 'Ba', tưởng chừng vô vọng, bất ngờ đã có thể trở thành hiện thực, bằng xương bằng thịt ngay trước mặt nàng. Thanh lấy khăn tay trao cho Mỹ Lệ, một tay xoa lưng bạn vỗ về. Phản ứng bất ngờ của Mỹ Lệ khiến Paul lúng túng. Anh đứng lên định đến an ủi nàng, nhưng nhớ đến cái tát năm xưa anh chùn chân. Thanh dìu Mỹ Lệ đứng lên, nói nhỏ bên tai bạn:

- Thôi cho cha con nó gặp nhau đi, nha bà. Coi ổng ôm cái hộp kè kè kìa, chắc đồ chơi cho con đó. Tội nó nha bà.

Thấy bạn không chống đối, Thanh xoay qua mời Paul theo hai người vào buồng bên trong gặp Sáng. Vừa nhìn thấy bóng con đang ngủ trên giường, Paul chạy tới ôm chầm lấy con, hôn lấy hôn để, lên trán, lên mũi, lên má, lên tóc Sáng. Thanh lẻn ra phía sau nhà từ giã Thím Sáu. Lòng bỗng dưng cảm thấy nhẹ nhàng như vừa trút một gánh nặng canh cánh trong lòng mấy năm nay. Linh cảm người phụ nữ báo cho Thanh biết một viễn ảnh hạnh phúc tuyệt vời sẽ đến với bạn, Thanh mỉm cười vu vơ, bước chân ra tới cửa nhà nàng chợt quay lại nhắn với Thím Sáu:

- Lát nữa nhờ thím nói lại với Mỹ Lệ là con gái của con lúc này khỉ khọt quá, bà ngoại nó coi chừng hổng xuể, nên con phải về cho nó ngủ.... Thím cứ nói vậy thì Mỹ Lệ hiểu hè!

Thanh mỉm cười ra về, hài lòng với đòn gậy ông đập lưng ông của mình. Nếu trưa nay Mỹ Lệ đặt chuyện nói Sáng '*khỉ khọt*', thì bây giờ Thanh cũng có quyền đặt chuyện Thảo khỉ khọt để rút êm. Thanh mong trong không gian riêng tư ấm cúng dưới một mái nhà, các tấm lòng chân thật có thể tìm đến với nhau dễ dàng hơn. Nàng âm thầm cầu nguyện cho bạn, cho con trai của bạn và cả Paul nữa tìm được niềm hạnh phúc trọn vẹn.

Chương 5: Xóm Cây Lý

Gia đình ông quản Tư đã dọn ra khỏi phố La Cua đến xóm Cây Lý sống từ năm ngoái, trong một căn nhà riêng mua lại từ người quen. Lý do chánh theo Thanh là bắt đầu chuẩn bị cho tương lai của bé Thảo. Thanh cảm thấy đã đến lúc phải hòa mình với cuộc sống của cư dân trong xóm để tìm cho bản thân một công ăn việc làm, khả dĩ có thể đảm bảo cuộc sống cho gia đình và lo cho bé Thảo được ăn học tới nơi tới chốn. Nếu chỉ trông cậy vào đồng lương của ông quản Tư thôi thì quá bấp bênh vì hoàn cảnh bất ổn của đất nước, và cũng vì lý do sức khỏe của ông, ngày một sa sút.

Xóm Cây Lý nằm ép mình bên ngoài vòng thành bót Bãi Sậy, dù đã có mặt ở đây từ xửa từ xưa, từ trước khi thành Gia Định được xây cách đó hơn 10 dặm đường về hướng Đông-Bắc. Xóm Cây Lý nằm bên bờ một con kinh mà thuở ban đầu vốn không có tên. Mãi tới năm Kỷ Mão, 1819 dương lịch, khi vua Gia Long hạ lịnh cho Phó Tổng trấn Gia Định Thành khởi công đào kinh rộng ra hơn 30 thước để ghe xuồng đi lại được thuận lợi, tạo nên một thủy lộ quan trọng nối liền Gia

Định Thành với vùng đồng bằng miền Tây, Ngài mới ban cho nó một cái tên. Đó chính là Kinh An Thông Hạ.

Vào thời Trịnh Nguyễn phân tranh Chúa Nguyễn đã mấy bận phải bôn tẩu về phương Nam lánh quân Tây Sơn. Trong một lần quân Tây Sơn đuổi theo tới tận Gia Định, Chúa phải bỏ thành lẩn tránh, may mà gặp một nông dân ở Xóm Cây Lý chèo xuồng chỉ đường cho đoàn quân hộ giá lẩn trốn vào mấy con rạch nhỏ trước khi tiến lần ra sông lớn. Một điều không may xảy ra là sau khi qua khỏi Xóm Cây Lý về hướng Tây được một đỗi thì con kinh vốn đã nhỏ lại bị nạn cát bồi, càng trở nên nhỏ hẹp hơn làm chậm đường thoát binh, một số quân hộ giá kẹt lại ở phía sau, bị quân Tây Sơn đuổi kịp giết gần hết. Đoàn ghe thuyền còn lại của Chúa Nguyễn thoát được tới kinh Ruột Ngựa, tiến vào sông Rạch Cát, rồi rẽ xuống hướng Nam qua khỏi miệt Cần Đước, tới cửa Cần Giờ thoát ra biển. Từ đó mà Chúa tôi lần theo bờ đất liền xuống hướng Nam tìm ngõ vô cửa Tiểu tới Mỹ Tho, và tiếp tục lưu lạc vào vùng đồng bằng sông Cửu Long lánh nạn. Mấy lần Chúa Nguyễn phải xuống tận mũi Cà Mau hay xa hơn nữa là ra đảo Thổ Châu để ẩn náu.

Đảo Thổ Châu nằm trong vịnh Xiêm La nên Chúa Nguyễn đã có cơ hội gặp vua Xiêm và ngỏ ý cầu viện. Ngoài ra Chúa Nguyễn cũng liên lạc được với các cố đạo người Bồ Đào Nha và người Pháp, trong đó có giám mục Bá-Đa-Lộc mà Chúa Nguyễn đã tỏ ý cần sự hỗ trợ của người Pháp để bình định xứ sở. Sau khi lên ngôi nhà vua vẫn còn nhớ tới con kinh nhỏ cứu giá mình ngày nào. Ngoài cái ân tình đối với người nông dân dẫn đường đào tẩu ở xóm Cây Lý, Ngài còn nghĩ tới địa hình quan trọng của con kinh này, nên hạ lịnh cho nới rộng ra để trở thành một thủy lộ thương mại quan trọng, cho ghe xuồng chở lúa gạo, hoa quả từ miệt vườn miền Tây lên Gia Định, cùng là Sài Gòn sau này.

Vì quan hệ từng có giữa Chúa Nguyễn và các thế lực phương Tây, chẳng trách hậu thế đa nghi thắc mắc phải chăng lý do việc đào kinh một phần nào là do áp lực của người Pháp, vì họ đã để ý tới giá trị chiến lược của con kinh này từ trước. Quả vậy, bốn mươi năm sau dân gian có câu, *'Giặc Tây đánh tới Cần Giờ. Bậu đừng thương nhớ đợi chờ uổng công.'* Liên minh Pháp và Tây-Ban-Nha đã xâm nhập cửa Cần Giờ, sử dụng kinh An Thông Hạ nối liền với kinh Tàu Hủ, tiến ra rạch Bến Nghé, rồi vào sông Sài Gòn bao vây thành Gia Định từ tứ phía, khiến quân triều đình không kịp trở tay. Sau đó để củng cố chế độ thuộc địa họ còn cho xây thành đắp lũy trên những gò đất cao dọc theo thủy lộ chiến lược này, trong số đó có những đồn khét tiếng như đồn Ô Ma và đồn Cây Mai vẫn còn tồn tại tới giữa thế kỷ 20.

Chỉ 15 năm sau ngày Pháp áp đặt chế độ bảo hộ lên triều đình Huế, công ty 'La Société française des distilleries de l'Indochine' của Pháp đã khởi công xây một hãng rượu bề thế trên bốn mẫu đất hoang bên hữu ngạn kinh An Thông Hạ. Con kinh bắt đầu trở mình từ đó, dưới nước ghe thuyền tấp nập, trên bờ phố chợ mọc lên san sát. Nằm bên tả ngạn của con kinh, đối diện với hãng rượu, là một dãy phố lầu hai tầng quét vôi vàng với hàng cửa sổ xanh bên trên, mang hơi hướng các căn phố hẹp bên dòng sông Seine qua ánh mắt nhớ nhà của mấy anh lính Pháp tha hương. Đi theo hướng Đông của dãy phố dẫn vào chợ Bãi Sậy, là ngôi chợ duy nhứt trong xóm, chia ra làm hai khu: Chợ Trước và Chợ Sau. Ngoài ba cái sạp bán thịt ra, các thứ khác như vải sồ, đồ *bazar*, kể cả tập vở bút mực học trò đều bày bán đầy dẫy ở Chợ Trước. Đặc biệt còn có mấy quán cà-phê ngó ra sông. Chợ Sau đa phần buôn bán tôm cá gà vịt và đồ biển, núp ở phía sau ba tiệm tạm hóa bán gạo, than, và đồ dùng nhà bếp.

Đầu bên kia dãy phố giáp với một ngã ba đường, nhưng cũng có thể coi như một ngã tư vì nó còn có một lối đi bộ, thẳng lên cây cầu sắt lót ván cao vòi vọi bắc ngang qua kinh An Thông Hạ, dẫn tới trước cổng chánh của hãng rượu. Cầu chỉ dành cho bộ hành mà đa số là nhân công hãng rượu đi về mỗi ngày, nhưng cũng không ít bạn hàng của Xóm Cây Lý cần đi xa mua sỉ về bán lẻ phải thường xuyên qua lại. Dân trong vùng gọi đó là cầu Máy Rượu. Gần chân cầu, đằng trước hai cái cổng sắt của nhà máy rượu là bến xe thổ mộ, lúc nào cũng ngựa xe nhộn nhịp, người đi kẻ đến, bạn hàng gọi nhau ơi ới, bày biện thúng rổ ngổn ngang. Đi lần xuống mé kinh, đến bờ kè lót bằng đá ong xanh là một bãi tắm ngựa nơi mà mỗi chiều mấy anh xà ích dẫn ngựa xuống sông để tắm cho chúng. Có khi gặp ngựa chứng xút cương chạy loanh quanh làm người lớn lo âu, trẻ con vui cười hứng thú.

Vào các dịp lễ lạc quang cảnh từ dưới sông lên tới trên bờ càng trở nên náo nhiệt hơn. Đặc biệt là vào lễ *'Quatorze Juillet'* (14 tháng 7) tức lễ Quốc Khánh Pháp, dưới nước có đua thuyền, đua bơi lội, trên bờ dọc theo hai con đường tráng nhựa kè hai bên bờ kinh thì có thi chạy bộ, thi đi nhanh, thi *'nhảy bao'* (trùm hai chân trong bao rồi nhảy đua tới đích) và hào hứng nhứt vẫn là màn đua xe đạp từ bến Bãi Sậy tới bến Rạch Cát rồi trở ngược ra. Đối với các trò chơi dưới nước, nhiều người thích cái màn *'bắt vịt'*. Ban tổ chức thả một con vịt Xiêm xuống sông cho các thí sinh thi đua nhau lặn lội ra bắt. Bắt được thì thắng giải. Thằng Bần sống trên ghe chài với ba má nó từ lúc mới sanh ra, có tài lặn lội như rái cá, đã thắng giải hai năm liền, nhưng đến năm thứ ba nhiều người thất vọng không thấy bóng dáng nó đâu. Hỏi ra mới biết, tháng trước trong khi cha con nó chống ghe trên sông Vàm Cỏ bị vướng lục bình, ba nó sai nó cầm rựa lội xuống nước xẻ đường. Mới phang được mấy nhát nó lật đật leo trở lên ghe, nói có con gì đụng vào người nó, *'ghê quá'*. Ba nó nóng lòng đi giao hàng cho kịp lãnh tiền lo thuốc thang cho má nó đang bị bịnh, ông cầm sào rượt nó bắt phải nhảy xuống sông trở lại. Nó không dám cãi lời, và lần này không có cơ hội trồi lên nữa, mà chỉ có một vũng máu tươi loang dần trên mặt sông. Dân làng nói nó đã bị một con cá sấu ghì dưới nước tới ngộp chết, rồi tha lên bờ ăn thịt.

Ngày gia đình Thanh dọn vào xóm Cây Lý, dãy phố lầu bên bờ kinh đã có một sức sống riêng của nó với một tiệm cầm đồ, một tiệm may, một tiệm chụp hình, hai căn phố của gia đình lính Pháp có vợ Việt. Ngoài ra còn có một tiệm giặt ủi, có cô con gái ông bà chủ tiệm tuổi độ đôi mươi, tóc xỏa bờ vai, dáng vẻ thùy mị đoan trang, luôn thấy cặm cụi bên bàn máy may ở phía trước tiệm, vừa làm việc vừa tiếp khách mỗi khi có khách hàng đến. Cô có vẻ như sống trong thế giới riêng tư, không màng thế sự, chỉ chăm chút lo từng cái quần, cái áo mới giặt của khách hàng, coi cái nào cần đơm nút thì đơm, cần vá thì vá. Nhưng mỗi khi gặp mặt khách hàng thì cô vồn vã đón chào, vui vẻ bãi buôi, bằng cả tiếng Việt lẫn tiếng Pháp nếu gặp mấy anh lính Tây trong bót. Nhờ vậy mà cô đã mấy lần khai thác được tin tức hành quân, bố ráp của quân Pháp để giao cho quân kháng chiến.

Phía sau dãy phố là dãy cầu tiêu, cần có người gánh phân đi đổ mỗi chiều, đó là cái nghề lâu nay dành cho anh em thằng Heo với con Chuột, hai đứa con của Bà Trầu mà không ai trong xóm này không biết tới.

#

Trong xóm Cây Lý, dù nhiều người có thể không quen, nhưng ai cũng biết đến gia đình bà Bảy, mà nhiều người quen miệng gọi '*Bà Trầu*', vì miệng bà lúc nào cũng bỏm bẻm nhai trầu đỏ hoét. Gặp bà bất kỳ ở đâu, lúc bà đang lu bu vo gạo nấu cơm bên hè cái chòi lá của bà, hay đang bương bả trên đường tìm hai đứa con đang làm công làm mướn cho mấy nhà khá giả trong vùng, vừa mở miệng chào hỏi đã thấy bà loay hoay tìm tới một lùm cây, bụi cỏ bên lề đường hay mé mương, cúi gập người xuống như đang tìm một vật gì rớt dưới đất, rồi rướn cổ ra thiệt xa nhổ phẹt một miếng bã trầu. Người đến gặp bà thường cũng chỉ muốn nhắn kêu một trong hai đứa con của bà đến nhà họ giúp việc thôi.

Trước khi trả lời khách, bà theo thói quen quơ tay vớ cái chéo khăn rằn đã ngả màu nâu thẫm, lúc nào cũng nằm vắt ngang trên đầu bà để che nắng, hay máng trên vai những lúc bà vào trong bóng mát, quẹt ngang hai bên khoé miệng để lau khô mấy lằn nước vôi đỏ hoét đã tràn ra hai bên mép, chảy dọc theo mấy nếp nhăn rễ tranh, tua tủa quanh hai hố gò má sâu quắp, khô cằn, chằng chịt các vết cắt xén ngang dọc trên mảng da đậm đặt, sạm nắng của bà.

Sau khi Ông Bảy chồng bà chết trong trận tấn công chiếm đồn Bãi Sậy của Pháp ở ngoại thành Sài gòn, bà ở vậy nuôi hai đứa con nhỏ, thằng Heo và con Chuột. Những cái tên thiệt lạ đời đặt theo tuổi Hợi và tuổi Tí của hai anh em nó, mong cho những kẻ khuất mặt khuất mày chê tên xấu xí mà không bắt chúng đi. Đó là lời giải thích của bà Trầu, mỗi khi có người hỏi tới vì tò mò muốn biết, hay vì có ý trách cứ bà, sao lại đặt chi những cái tên *'bất nhơn'* như vậy cho con cái trong nhà. Coi như Trời không phụ lòng bà Trầu, thằng Heo và con Chuột đều được mạnh khỏe, lớn lên tới tuổi trưởng thành, dù phải sống bữa đói bữa no. Có bệnh hoạn gì, thì nằm co trên ván, trùm mền chịu trận, cầu cho ngày hôm sau đỡ hơn ngày hôm trước, chứ có tiền bạc đâu để chạy thầy lo thuốc.

Năm thằng Heo được tám tuổi, nó đã bắt đầu làm các công tác '*giao liên*' cho mấy chú mấy bác bạn bè của ba nó trong kháng chiến chống Pháp. Thỉnh thoảng họ nhờ thằng Heo làm công việc liên lạc giữa những người trong tổ chức, như giao thơ hay chuyển lời nhắn miệng. Lúc bắt đầu, từ thuở năm sáu tuổi, nó không biết nó đang làm công tác cho tổ chức, vì các lời nhắn thường là những câu bâng quơ như, '*Chú Năm ơi vịt ăn hết lúa rồi*', hay '*Ông nội con mời Bác Tư ra quán nhậu*', dù ông nội bà nội nó đã mất từ lâu. Tuy nhiên nó cũng cảm thấy thích thú gặp gỡ các bác các chú, vì mỗi khi đi Bàn Cờ về, họ đều nhớ đem theo cho nó một bọc kẹo mà họ gọi là kẹo Bàn Cờ. Nó thích nhứt mấy viên kẹo trắng có vằn đỏ, ngọt ngay trong miệng. Không hề thắc mắc tại sao mấy bác mấy chú của nó đã cất công từ dưới quê lên Sài Gòn, sao đi đâu không đi, mà cứ đi Bàn Cờ. Nó có biết đâu khu nhà ổ chuột ở Bàn Cờ chính là ổ giao liên của phong trào kháng Pháp. Nó còn nhỏ quá, không trách nó không hiểu chuyện. Ngay cả ba cục kẹo đó mà có khi nó còn tưởng là của trời cho. Ba nó lúc còn sống sợ nó ăn kẹo nhiều rồi không ăn cơm được, nên thường giấu bịch kẹo đi. Thỉnh thoảng muốn thưởng cho nó, ba nó lén lấy một viên kẹo giấu trong tay, rồi dẫn nó ra lạy bàn thiêng để cầu trời. Vậy là '*hô giáng*', ba nó ra bộ với tay lên trên bàn thiêng lấy viên kẹo Trời cho đem xuống cho nó. Nó hớn hở đón nhận lộc trời, mà trong bụng không khỏi ngờ ngợ như có cái gì không ổn lắm. Tới năm mười lăm tuổi thì nó không còn nghi ngờ gì nữa, đã theo tiếng gọi của non sông, bỏ vô bưng theo kháng chiến với các bác các chú của nó. Từ đó bà Trầu sống với con Chuột trong cái chòi lá rách nát bên bờ sông, làm công làm mướn cho người ta để kiếm miếng ăn qua ngày.

#

Từ mấy tháng trước Chuột đã đến giúp việc ở nhà Thanh, người mà dân trong xóm Cây Lý gọi một cách thân thiện là '*Cô Út*'. Sáng nay Thanh nhờ Chuột đến xe bánh mì của Bà Năm, mua bánh mì ăn sáng. Xe bánh mì của bà Năm dựng trên bãi cỏ bên bờ kinh Đôi, là một chiếc xe đạp biến chế, có gắn cái thùng mây trên yên sau đựng mấy ổ bánh mì Tây. Nắp thùng bằng gỗ, khi giở ra gác lên yên trước, nó trở thành miếng thớt rộng mặt, là nơi mà bà Năm dùng để cắt bánh mì. Chuột rà xe đạp đến sát bên, với tay nắm chặt cái niền mây trên miệng thùng bánh mì để giữ thăng bằng. Nó ngồi chưa vững, thân còn lắc lư, miệng đã gọi:

- Bà Năm ơi, bán cho cô Út hai đồng bánh mì thịt.

Bà Năm quở nó,

- Con này làm biếng gì mà làm biếng dữ, hổng dám leo xuống xe nữa, cứ ngồi đó rồi trì rồi níu cái sạp của tao, bữa nào nó sập mẹ nó là tao về húp cháo đó nha mậy.

Chuột bèn lên nói:

- Con xin lỗi Bà Năm.

Bà Năm với tay rút một ổ bánh mì mới trong giỏ ra, bâng quơ hỏi:

- Chà, cô Út dạy mầy vậy đó hả. Bây giờ nói chuyện lịch sự quá hén.

Sở dĩ bà Năm nói vậy vì biết tánh nó thường ăn nói bạt mạng. Bà mỉm cười nhớ lại câu chuyện mới nghe mấy đứa giúp việc ở nhà Thanh kể lại. Hai hôm trước con Chuột đem quần áo cô Út đi giặt như thường khi, bỗng nhiên giữa chỗ đông người nó oang oang lên hỏi, '*Sao hồi nào giờ hổng thấy cô Út có tháng vậy?*'. Bữa đó có má nó đứng kế bên, bả với tay cú đầu nó một cái, rồi trách con: '*Mầy hổng biết cám ơn cô Út, còn ở đó hỏi. Cô Út ăn ở có đức, từ trước tới giờ trong xóm này ai mà không biết. Đồ không sạch sẽ, cổ tự tay giặt hết, chứ có bao giờ để tui bây giặt đâu.*' Nghĩ tới cô Út,

Bà Năm chạnh nhớ tới mấy lần cô cứu vớt vợ chồng bà, miệng lầm bầm *'Cô Út thiệt tốt bụng, ở đời ít có người được như vậy.'*

Trở lại với công việc trước mắt, như để tập trung làm một khúc bánh mì ngon cho cô Út, bà Năm vừa đặt tay lên ổ bánh mì, vừa nói với Chuột,

- Mầy mua cho Cô Út hả ... tao biết rồi ... cô Út thích khúc đuôi ... ít ruột ...

Sau khi xẻ khúc bánh ra làm hai để dồn thịt, bà Năm vừa rứt bỏ một ít ruột bánh mì, vừa nói tiếp, như để tự nhắc mình về sở thích của Thanh, không chỉ là một khách hàng quen thuộc mà còn là một ân nhân cứu mạng đối với gia đình bà: *'Muối tiêu hai lớp, một lớp dưới, một lớp trên, cho nó mặn đều ...'* Bà Năm vừa nói vừa rắc muối tiêu vào giữa hai miếng bánh mì trước khi thêm thịt. Tay trở đầu đũa, miệng lại thì thầm,

- Phải lấy đầu đũa sạch gắp thịt cho cô Út ... lấy đũa gắp cá mòi mà gắp thịt, cô Út chê thịt bị tanh.

Thanh thường khen bánh mì bà Năm làm ngon, *'hợp gu'* của cô, nhưng thật ra còn một lý do khác cô quan tâm hơn nhưng chỉ để bụng. Trong gia đình thì ai cũng biết cô thường hết lời khen bà Năm làm ăn sạch sẽ, nhưng cô ngại nói ra với người ngoài, sợ họ nghĩ cô chê bai mấy tiệm quán khác dơ bẩn. Có lần vui miệng cô còn nói là bà Năm nhờ giúp việc cho gia đình ông cò Tây được hai năm, nên đã học hỏi được phần nào cách thức ăn uống và sinh sống hợp vệ sinh thường thức của người ta.

Bà Năm học được những gì từ người Pháp thì khó biết, nhưng có điều ai cũng biết là tài chế biến món ăn Tây ra món ăn Ta của bà Năm. Chỉ nói riêng món bánh mì hấp của bà Năm đã được Thanh đánh giá là '*hết sẩy*'. Thường sau mấy bữa tiệc tùng ở nhà ông Cò người Pháp, bánh mì dư không ít. Bà Cò giải quyết bằng cách chia cho mấy người giúp việc đem về cho gia đình họ ăn. Bà Năm nhớ ơn Thanh từng giới thiệu mình vào giúp việc nhà cho bà Cò, nên thỉnh thoảng mang hết số bánh nhận được đến nhà Thanh để qua đêm. Sáng sớm hôm sau, bà Năm tới nhà Thanh để bánh vô xửng hấp lên. Sau đó trải chiếu dưới đất, rồi cả nhà xúm xít ngồi ăn bánh mì hấp, thoa mỡ hành, cuốn xà-lách, chấm nước mắm tỏi ớt. Còn sang hơn nữa là khi có chuẩn bị trước, Thanh cho mua thêm chút đỉnh bì với bánh hỏi để cuốn chung, ăn bắt lắm. Lâu rồi từ ngày Tây về nước, ít thấy món ngon thuộc địa này xuất hiện, ngoại trừ ở nhà Thanh. Vào những ngày mưa to gió lớn, buôn bán ế ẩm, chiều lại thỉnh thoảng bà Năm nhờ Thanh '*tiêu thụ*' giùm số bánh mì còn dư trong ngày của bà. Thế là gia đình Thanh lại được dịp bổn cũ soạn lại, sáng hôm sau cả nhà xúm xít bên bữa điểm tâm bánh mì hấp. Thời thuộc địa Pháp đã qua.

Mấy món bánh mì Tây của bà Năm ít nhiều cũng là di sản của một thời để lại trong dân gian.

#

Chồng của bà '*Năm bán bánh mì*' dĩ nhiên phải là ông Năm rồi, nhưng ông mang cái tên khác là ông '*Năm làm đất*'. Người ta gọi ông như vậy chỉ vì thỉnh thoảng thấy ông ngụp lặn dưới ao, dưới mương, móc đất sét lên đắp nền nhà, hay vét bùn bồi mấy khúc bờ bị sạt lở cho các gia đình khá giả trong vùng. Họ chỉ cần bỏ ra một hai chục đồng bạc là đã có thể mướn ông Năm quần quật *làm đất* cả ngày cho họ. Thiệt oan cho Ông Năm bị chết với cái tên '*làm đất*', vì nếu chỉ trông cậy vào cái nghề mà năm thì mười hoạ mới có người mướn, lại mướn với giá rẻ mạt như vậy thì làm sao kiếm đủ tiền nuôi thân, nói chi tới phải nuôi bốn năm miệng ăn trong nhà.

Nghề chánh của ông Năm phải nói là '*vác bao*'. Mỗi lần có ghe bầu chở gạo từ dưới tỉnh lên cập bến Bãi Sậy dọc theo kinh An Thông Hạ, ông cùng mấy bạn phu khuân vác đi rểu rểu trên bờ, chờ cặp rằng tới mướn xuống ghe vác mấy bao gạo nặng cả trăm kí lô lên bờ, chất vào kho tồn trữ, trước khi chúng được phân phối ra thị trường khắp Sài Gòn và Chợ Lớn. Ngặt một nỗi là ngay cả việc chánh này cũng không được đều đặn, lúc có lúc không. Mỗi năm sau mùa gặt hái, thu hoạch xong, ghe chở lúa gạo đến nườm nượp, mỗi ngày ông kiếm được chút đỉnh tiền, đủ cho bà Năm đi chợ vài bữa. Hôm nào khấm khá hơn ông ghé qua quán bà Hai nhậu vài chung đế, nhăm nhi với mấy trái chùm ruột chua chấm muối ớt, chuyện trò tâm sự cùng bà chủ quán và mấy bạn nhậu.

Cuối ngày, tiền lãnh được ít nhiều tuỳ theo số bao gạo mà ông đã vác được. Dù nhiều hay ít, cầm mấy đồng bạc trong tay, lần nào như lần nấy, lòng ông rộn rã mong gặp vợ con đang chờ đợi ở nhà. Sau khi gói tiền vào giữa tờ giấy dầu nhàu nát, ông nhét vào bên trong túi áo bà ba đen cầm trên tay, rồi men ra sông tắm. Trước khi xuống nước ông cuộn tròn cái áo lại, để trên bãi cỏ và cẩn thận dằn một cục đá xanh lên trên cho áo khỏi bay. Dưới nước ông thích ngụp đầu từng chập, lặn một hơi thiệt lâu, cho tới khi không còn nín thở được nữa mới trồi lên, vuốt vội nước vương trên mặt rồi thở khì sảng khoái quên sạch mọi nhọc nhằn trong ngày. Nếu lúc bước xuống nước như hối hả trút bỏ gánh nặng của đời, thì lúc bước lên khỏi mặt nước như vội vã trở về nguyên thuỷ của đất trời được dệt bởi tình thương và tiếng cười nói của các con ông. Ông đi thẳng tới quầy thịt quay, mua một gói xá xíu nhỏ cho vợ con, và không quên tạt qua gian hàng bán thịt heo của bà Tám hàng xóm mua 50 gờ-ram mỡ heo tẩm bổ cho '*cục cưng*' của ông, con mèo mướp mà ông nuôi để bắt chuột.

\#

Hôm qua thằng Ổi, đứa con trai 14 tuổi của ông Năm, theo ông đi '*làm đất*', bồi nền nhà của bác Tư đã bị sạt lở nặng sau trận mưa dầm mấy bữa trước. Lúc nước rút, đứng dưới giàn mướp từ sân sau nhà Bác Tám ngó qua hàng dừa ở phía sau nhà chú Tư có thể thấy từng chùm rễ cây tua tủa, trơ trọi thiếu đất bám. Nhìn ông Năm lấp đất mà thấy tội. Đứng dưới ao, dù gần bờ, nhưng nước ngập tới bụng, ông phải nín thở ngụp mặt dưới nước, lặn sâu tận đáy ao, để moi từng đống bùn đất lên lấp vào bờ. Kỹ thuật của ông, nếu gọi là kỹ thuật, chỉ dựa vào cái giá bằng gỗ hình chữ U ngược, với sợi dây thừng căng thẳng ngang qua giữa hai đầu chữ U. Sợi dây này ông dùng như lưỡi dao để xắn đất ra từng khoanh vuông vứt dưới chân mình, sau đó lặn xuống khệ nệ khiêng lên đắp bồi vào bờ. Vì phải ngâm mặt mũi dưới nước ao, đục ngừ bởi bùn sình bị vấy lên, không bao lâu cặp mắt ông trở nên đỏ ngầu. Hơi thở càng lúc càng nặng nhọc. Ông Năm đã lớn tuổi, không biết còn làm cái nghề này được bao lâu nữa.

Trong lúc '*làm đất*' phụ cha mình, thằng Ổi tinh mắt nhìn thấy trên mặt nước ở khoảng giữa ao có một vùng nhỏ bằng miệng thúng, nước gợn lăn tăn như sủi bọt, nó biết ngay là có đám lòng ròng ở đó. Kinh nghiệm câu cá cho nó biết hễ có đám cá con loi nhoi bên trên, thì thế nào cũng có con cá mẹ lẩn quẩn ở phía dưới để giữ con. Thằng Ổi chíp trong bụng. Chiều lại, trước khi về nhà nó còn phải ghé qua nhà dì Hai ở một mình gần đầu hẻm, để bửa một đống củi chất trước sân nhà mà dì mới mua từ ghe củi ở Cần Đước đem lên trưa hôm qua. Chạng vạng tối thằng Ổi mới về tới nhà, nó đi thẳng ra cái khạp nước phía sau nhà, xối vội mấy gáo nước lên đầu lên mình, tắm rửa qua loa, trước khi vào nhà ăn cơm. Nó và lia và lịa một lúc sạch ba chén cơm. Phần vì đang đói, nhưng phần lớn hơn là vì hăm hở chuyện câu cá ngày mai. Cơm nước xong, nó vác cần câu lên vai đi tìm mồi câu cá. Cái cần câu rê bằng trúc dài thường thượt, dựng đứng lên cao gấp đôi gấp ba thằng Ổi, cũng là dụng cụ để nó dùng bắt mồi. Vừa ra khỏi con hẻm nhỏ, nó đi thẳng một mạch tới kho gạo bị bỏ hoang ở đầu đường, mà nó thường leo rào phía sau vô để đốn chuối hoang mọc đầy đằng sau kho, đem về cho má nó lấy bắp chuối xắt ra làm gỏi ăn.

  Đến gần chân tường nhà kho, thằng Ổi bước chậm lại, mắt đảo một vòng trên tường. Không khó khăn gì, nó đã tìm thấy bên trên phía sau ngọn đèn đường vàng vọt ba con thằn lằn dán mình trên tường rình ăn muỗi mồng. Nhắm vào con thằn lằn lớn nhứt, thằng Ổi giơ cao cần câu lên trong tư thế chuẩn bị ra tay. Thình lình nó khuấy nhẹ khuỷu tay, ngọn cần câu quét một đường trên tường ngang qua giữa thân mình con thằn lằn, hất nó văng ra khỏi mặt tường, rớt xuống đám cỏ ở dưới đất. Con vật vừa hoàn hồn đã hấp tấp tìm đường lẩn trốn. Bốn chưn chòi đạp hoảng loạn trên ngọn cỏ, nhưng không đi đâu xa được, toàn thân ngút ngoắt, uốn vặn bên này bên kia cố trườn đi thoát thân. Thằn lằn chưa bò được đi đâu xa, thì thằng Ổi đã đến nơi, nhanh nhẩu chụp con vật vào giữa lòng bàn tay của nó. Nhét vào cái hộp quẹt trống nó đã thủ sẵn trong túi áo.

Hôm sau, trong lúc nghỉ trưa, thằng Ổi vội vã về nhà lấy cần câu, và ở nán lại để móc mồi sẵn trước khi đi. Con thằn lằn từ tối qua vẫn còn sống nhăn, thân hình của nó bị nắm chặt trong lòng bàn tay thằng Ổi, chỉ chừa cái đuôi giẫy lên từng chập, và cái đầu hình bầu dục ló ra ngoài như một hột bí trắng vô hồn. Thằng Ổi cầm lưỡi câu cắm thẳng vào miệng con vật, ấn xuống từng hồi, sâu tới bụng con thằn lằn, mũi nhọn của lưỡi câu xuống tới đâu bẻ cong thân hình con vật tới đó. Chỉ chừa cái đuôi tiếp tục ngo ngoe để nhử cá. Nhìn miếng 'mồi ngon' nó ra vẻ đắc ý, nhưng vẫn phân vân, không biết mồi thằn lằn có được hiệu quả bằng mồi nhái không. Thường nó thích mồi nhái hơn, nhưng hôm qua phải về sớm để chẻ củi nên nó không thể ghé qua ao bèo ở xóm trên để bắt nhái. Tội nghiệp thằng Ổi chỉ vì sự sống còn của gia đình mà phải làm quen dần với giết chóc. Trong khi một đứa trẻ khác cùng trang lứa tìm thấy một cái trứng thằn lằn trong một hóc tường cũng thấy lòng rộn ràng, muốn tưng tiu cái trứng nõn nà. Hay như trường hợp xảy ra với Thảo, vào một buổi trưa, trên đường đi học về thấy chiếc xe bắt chó đang rề rề trên đường với hai nhân viên cầm thòng lọng bước sai sải trên vỉa hè tìm chó hoang để bắt. Thảo kinh hoảng, chạy một mạch về nhà, gặp con chó Ky trước sân vô tư vẫy đuôi mừng chủ như mọi hôm. Thảo cuống quýt ôm nó vào lòng, chạy thẳng vào nhà, chui xuống gầm bộ ngựa giữa để trốn. Những hình ảnh tương phản của tuổi thơ ngày hôm nay dù được đánh giá thế nào cũng đang định hình một xã hội ngày mai. Xã hội của hai ba chục năm sau, của *'chú tư Ổi'* và *'dì hai Thảo'* trong tương lai rồi sẽ ra sao đây.

Từ trong bếp nhà ông quản Tư, Anh Ba làm bếp xăng xái bưng qua bàn ăn một tô cá lòng ròng kho tép mỡ còn bốc hơi nghi ngút. Ông quản Tư với lấy một đọt lá soài non, cuốn mấy con cá con áo trong nước màu đặt sến, lấm tấm mấy hạt tiêu sọ bên trên, đưa vào miệng ngồm ngoàm món nhắm không mấy thuở trời cho, trước khi đưa chung rượu đế lên nhấp một miếng đưa cay cho đủ bộ.

Bà Tư bưng dĩa cá sặc chiên dằm nước mắm ớt đặt giữa bàn ăn, bên cạnh tô canh chua giá với bạc hà, rồi nhích cái ghế đẩu đặt dưới gầm bàn ra, ngồi bên cạnh ông quản Tư. Theo thói quen hằng ngày, trước cũng như sau mỗi bữa ăn, bà Tư chấp hai tay lại, hai ngón cái kẹp ngang đôi đũa, sá ba sá để tỏ lòng biết ơn người làm ruộng, phải bỏ bao công lao khó nhọc đem lại hột cơm cho người đời ăn. Trước khi và đũa cơm đầu tiên, bà Tư thoáng nhìn về hướng tô cá lòng ròng kho, ngoảnh mặt đi, lẩm nhẩm như trách móc, '*Ăn gì mà ăn bất nhơn quá đi*'. Ông quản Tư chống chế nửa đùa nửa thật: '*Tội là ở thằng Ổi, nó câu mất con cá mẹ hồi trưa nay, bỏ lại đàn cá con bơ vơ. Mình mà có để yên đó thì bữa trước bữa sau bầy cá con cũng bị mấy con cá lớn nuốt sạch hết chứ sống sao nổi.*' Ông quản Tư nhìn ra xa bâng quơ nói, '*Mà thằng nhỏ cũng có tội tình gì chứ. Nó không câu cá, ở nhà cạp đất ăn sao.*'

#

Thảo năm nay đã tám tuổi, học lớp Ba với cô Mùi tại trường tiểu học Lý Thái Tổ, gần chợ Bãi Sậy. Trước ngày tựu trường cả tháng Thanh đã mua vải may ba bộ quần áo mới cho năm học mới của Thảo. Sau đó còn dẫn '*con*' đến '*bazar*' (sạp bán hàng) của một chị bạn ngoài chợ để mua tập vở, viết mực. Tới một cục gôm, một cây thước kẻ hàng cũng không thiếu. Ngoài ra còn có giấy kiếng để bao bìa tập, và giấy nhãn để ghi tên học sinh, lớp, trường và niên khóa. Vài đêm trước ngày tựu trường, Thanh bày hết tập vở, giấy má lên bộ ngựa ở nhà trên, hướng dẫn Thảo bao bìa tập, bìa sách, còn phần cô ngồi ở bàn khách kế bên để viết nhãn. Cô cặm cụi o từng nét chữ *rông* (*lettre ronde*) viết tên con, tên trường. Trong nhà bao giờ Thanh cũng giữ một cây viết *rông* với một bình mực xanh dương và một bình mực đen. Mực xanh để viết thiệp cưới; mực đen thiệp phân ưu. Sau khi hai mẹ con ai xong phần nấy, thì tới giai đoạn sắp xếp mọi thứ vào *cặp-táp* (*cartable*) cho ngăn nắp. Thanh có đặt ra một quy luật là trong cặp không được chứa bất cứ thứ đồ chơi nào, nhưng Thảo rất thích chơi với mấy mảnh giấy trắng tinh, mềm mịn tấn trong các hộp thuốc chích của Pháp mà Thanh thường dùng. Thảo biết mẹ mình coi việc học là trọng, nên để thuyết phục được mẹ mình cho đem mấy tờ giấy đó đến trường khoe với bạn, Thảo xin phép mẹ được mang theo làm giấy chặm mực, để giữ cho tập vở không bị lem. Mẹ cô làm sao không nhìn thấu tim đen của '*con*' mình, nhưng chỉ mỉm cười, thầm mắng yêu '*Té ra nó cũng ma-le (malin) không thua gì mình hồi nhỏ!*'

Từ lúc Thanh đã có thể tạm yên tâm để Thảo đi học một mình, không cần phải đưa rước con đến trường mỗi ngày như gần suốt hai năm trước, cô đã bắt đầu nghĩ tới việc thực hiện ước mơ kiếm cho mình một cái nghề phòng thân. Thực ra lo cho bản thân cô thì ít. Mối bận tâm chính của cô là lo cho cha mẹ lúc về già, và nhất là tương lai của bé Thảo, '*làm thế nào cho con nó có đủ điều kiện ăn học tới nơi tới chốn với người ta.*' May mà có một khóa học nữ điều dưỡng cấp tốc tổ chức ở nhà thương Chợ Rẫy, cô đã vội vã ghi danh. Đến nay thì Thanh đã tốt nghiệp và hành nghề tiêm thuốc dạo cho bà con trong vùng được mấy tháng. Trong khoảng thời gian cô học nghề, tội nghiệp bé

Thảo, vào mỗi đêm sau buổi cơm chiều, thường bị mang ra làm '*bịnh nhân*' cho Thanh thực tập, nay băng bó ở bàn tay, mai ở khuỷu tay, bữa nọ lại quấn băng đầy đầu. Ít ra sau khi Thanh tốt nghiệp và hành nghề thì Thảo cũng nhận được một phần thưởng tương xứng, đó là được giữ mấy tờ giấy mềm mịn, trắng tươi, lót trong mấy hộp thuốc tây để chơi.

Cơm chiều xong Thanh đạp xe vào một ngõ hẻm phía sau nhà thăm người bịnh. Thường mỗi khi ra ngoài cô đều dắt Thảo theo để tránh '*người ta dòm ngó*', nhưng đến nhà bệnh nhân tiêm thuốc thì cô không dẫn con theo, vì sợ gặp phải những trường hợp truyền nhiễm. Hôm nay Thanh đến nhà Chú Tám thợ hồ. Sau nhiều năm làm lụng vất vả, chú đã chắt mót được chút đỉnh để xây một căn nhà tường lợp tôn, nhưng từ ngày bệnh lao phổi của chú trở nặng, thì chú không còn đủ hơi thở để làm việc nặng nhọc. Từ đó gia đình lâm cảnh túng quẫn. Lúc trước nhờ có bà Hai, bà nội mấy đứa nhỏ, ở nhà coi cháu, vợ chú Tám còn có thể đi giúp việc nhà cho người ta kiếm thêm chút đỉnh tiền mua gạo. Không may mấy tháng trước bà Hai đột ngột qua đời, Thím Tám xoay qua làm nghề dán bịch đựng thực phẩm cho một tiệm tạp hóa. Từ trưa tới tối một mình thím với ba đứa con xúm nhau dán bịch trên sàn đất trước sân nhà. Mỗi bịch kiếm được 2 cắc. Từ sáng sớm thằng Sóc năm nay 12 tuổi, con trai lớn của chú thím Tám, đã đội một xấp bao xi-măng không trên đầu đem ra bờ sông giũ bụi. Thường nó phải đứng tới trưa dưới trời nắng chang chang, một tay giơ bao xi-măng lên cao, để lơ lửng trước mặt, tay kia dùng gậy đập bình bịch lên bao. Bụi xi-măng bay tỏa ra từng chập như những đám khói mịt mù, chẳng bao lâu xi-măng đã phủ trắng tóc tai, mặt mũi và bộ ngực trần của nó. Đó là bụi bám bên ngoài, xong việc nó chỉ cần nhảy ùm xuống sông tắm là xong. Còn tai hại do chất xi-măng tích lũy mỗi ngày bên trong hai buồng phổi non của nó thì sao? Hình như không ai muốn biết, ngoại trừ Thanh, như cô thường chia sẻ nỗi lo trong lòng với Thảo.

Thanh vừa dừng xe trước cửa nhà chú Tám, đã nghe tiếng thím Tám,

- Dạ chào cô Út, cô Út mạnh giỏi.

- Thưa cô Út mới tới, mấy đứa con của thím cũng đồng loạt lên tiếng.

Thím Tám sai con,

- Sóc, đi rót nước mời cô Út đi con.

'*Thôi được rồi thím Tám, tôi mới cơm nước xong xuôi trước khi tới đây.*' Thanh đặt nhẹ tay lên vai Sóc, ngăn không cho nó đứng lên.

- Lúc này chú Tám đỡ hơn phần nào không thím.

Thanh nói như một lời cầu nguyện hơn là thăm hỏi, vì cô biết định mạng an bài thế nào cho bệnh nhân đã bước vào giai đoạn cuối của căn bệnh lao hiểm nghèo.

- Hổm rày tôi hổng dám ra mời cô Út. Tiền bạc kiếm được chút đỉnh còn chưa đủ ăn, có đâu lo thuốc thang cho ổng. Hổng lẽ cứ ra xin thuốc cô Út hoài, coi sao được. Làm phiền cô Út hoài ổng cũng ngại, bởi vậy ổng nói thôi số mình được tới đâu hay tới đó.

- Chuyện bịnh hoạn ai muốn đâu mà chú thím ngại. Tôi ráng được tới đâu hay tới đó. Bữa nay tôi mới nhận được mấy hũ thuốc, nên đem tới chích cho chú nè.

- Tui với nhà tui thiệt đội ơn cô Út quá. Thuốc men đã cho không, mà công cô Út cũng thí. Thiệt không biết lấy gì đền đáp cô Út.

Thanh với xuống vò đầu Mận, con gái của thím Tám, cùng tuổi với Thảo nhưng vì hoàn cảnh không được đến trường, ngồi dán bịch bên cái tô mẻ đựng hồ. Trong ánh sáng lập lòe của ngọn đèn mù u để trên nền đất, Mận cầm miếng vỏ dừa khô chấm vào tô hồ rồi trét lên rìa của sấp giấy đã cắt sẵn từ bao xi-măng, trước khi anh nó dán lại thành bịch. Cánh tay khẳng khiu của nó lập đi lập lại các động tác thuần thục, nhàm chán, như vẽ lên trong bóng đêm một ngõ cụt ở cuối đường.

Thanh thở dài ngao ngán, bước vào bên trong tiệm thuốc cho chú Tám.

Trên đường đạp xe về nhà lòng Thanh chùn xuống với một nỗi buồn man mác. Cô cảm thấy bất lực trước quá nhiều thảm cảnh của cuộc đời. Cô thương họ nhưng không đủ khả năng giúp đỡ hết mọi hoàn cảnh thương tâm xảy ra trước mắt. Cô nghĩ, *échantillons* (mấy mẫu thuốc) của các tiệm thuốc Tây cho làm quảng cáo, mà các y tá khác có thể bán lại để kiếm tiền, thì cô đã dùng để tiêm thuốc thí cho bịnh nhân. Chưa kể vài trường hợp cô còn bỏ tiền túi ra mua thuốc chữa trị cho người bịnh, như trường hợp ông Năm *'làm đất'* xảy ra mấy tháng trước. Hai con mắt ông Năm bị nhiễm trùng đỏ chạch, mí mắt sưng húp, cô lo nếu cứ để vậy sớm muộn gì ông cũng bị mù, nên cô đã mua mấy hũ thuốc trụ sinh tiêm cho ông.

Thanh tự hỏi khả năng của cô có thể giúp được cho bao nhiêu Chú Tám, bao nhiêu ông Năm, nhứt là trong hoàn cảnh bấp bênh của gia đình cô hiện tại. Tình trạng sức khỏe ngày càng sa sút của ông quản Tư khiến Thanh lo canh cánh trong lòng. Nhiều lần cô tự hỏi nếu cha mình chợt rơi vào hoàn cảnh hưu trí non, hay tệ hơn là bị sa thải giữa chừng, thì lấy gì đảm bảo cho cuộc sống gia đình. Nỗi bất an đeo đuổi Thanh trong thời gian khá dài, nhứt là sau khi chứng kiến sự trưởng thành từng ngày của Thảo. Một tương lai mà cô cảm thấy có trách nhiệm cần chu toàn để khỏi phụ lòng người chị quá cố của cô. Thanh đã lấy một quyết định lớn ảnh hưởng tới tương lai của bản thân và gia đình, mà cô thấy rõ không thể làm khác hơn được. Mấy tuần nay cô đã trăn trở với ý nghĩ phải chọn cho mình một nghề khác, và hôm nay cô có cảm tưởng đang thầm nói lời chia tay với các bịnh nhân của mình.

Chương 6: Hạnh Ngộ Giữa Đàng

Trời tối rồi mà ông quản Tư vẫn còn thức, ngồi uống trà nói chuyện với ông Ba thầy thuốc Nam, người đồng hương ở dưới Cai Lậy mới lên Sài Gòn sáng nay. Hai ông chợt thấy ánh đèn *pin* nhảy múa trên ngọn hàng tràm bên hè nhà, và sau đó nghe tiếng lệnh văng vẳng, '*Chủ nhà đâu, mở cửa, có lính xét nhà.*' Ông quản Tư vừa nghe đã nhận ra giọng nói của bà Gấu, một nữ đồng nghiệp lúc trước.

  Bà Gấu là nữ cảnh sát đầu tiên của quận. Thật ra '*Gấu Người*' là hỗn danh của chồng bà lúc sanh tiền vì vẻ bề ngoài đen đủi, to lớn, dữ dằn của ông. Ông là một viên chức cảnh sát bị Việt Minh phục kích giết chết trong một lần đi tuần ban đêm ở xóm nhà lá lụp sụp bên sông Tẻ phía sau bót. Thấy hoàn cảnh đáng thương ông để lại, một người vợ goá với năm đứa con côi, ông Cò Tây thu nạp vợ ông vào làm việc thế chỗ chồng. Một phần nhờ bà biết tiếng Pháp, nhiều thì không nhiều nhưng hơn hẳn ba thứ tiếng bồi của chồng bà. Mấy lần ông Cò nghe bà nói tiếng Pháp đã khen lấy khen để. Sau một năm học tập huấn luyện bà được tham gia toán lính Miên và lính Việt đi tuần tiểu mỗi ngày. Làm việc chẳng bao lâu bà đã được đồng nghiệp nể phục, cho bà thừa hưởng hỗn danh của chồng, và từ đó bà trở thành bà Gấu. Đêm nay bà Gấu cùng toán lính đi tuần, xét nhà dân dọc theo hai bên con đường chánh dẫn vào bót. Dù là con đường mặt tiền chỉ có những người có '*máu mặt*' ở, hay ít ra là các gia đình quá quen mặt với sở cảnh sát trong quận, nhưng thỉnh thoảng vẫn bị xét nhà vào ban đêm. Tới trước cổng nhà ông quản Tư, Bà Gấu giả vờ quát tháo thêm:

- Mở cửa! Mở cửa! Có lính xét nhà.

Ông quản Tư chậm rãi mở cửa bước ra, đảo mắt một vòng ra vẻ đang tìm ai, trước khi hỏi:

- Ủa lính đâu sao tui hổng thấy?

Bà Gấu tằng hắng thị oai.

- Lính tráng rần rần đây mà còn hỏi nữa.

Ông quản Tư giương mắt nhìn chằm chặp vào thân người bà Gấu nói:

- Làm lính mà hổng có súng, làm sao làm lính!

Bà Gấu đâu dễ chịu thua, lớn tiếng quát:

- Hổng có súng mà có lưỡi lê đó được hôn?

Lính tráng ôm bụng cười hả hê một trận. Trước khi kéo nhau đi qua nhà khác, một anh lính trẻ còn tuyên bố *'Coi như ông quản thua keo nầy rồi, ông quản ơi!'*

    Ông quản mỉm cười bước vào nhà. Ngó quanh không thấy ông Ba thầy thuốc đâu, ông quản Tư rót một chung trà nhâm nhi ngồi chờ. Ông quản đang thắc mắc, chợt ông Ba từ hướng cửa sau bước vào, quần áo ướt sủng. Té ra, vừa nghe có động tịnh ở phía trước, ông Ba đã chuồn ra sau nhà, nhảy tuốt xuống ao, lặn dưới nước trốn. Ông là thầy thuốc Nam, mục đích lên Sài Gòn nói là để hốt thuốc, nhưng thực sự là để đến khu ổ chuột ở Bàn Cờ làm công tác giao liên cho kháng chiến như mấy chú mấy bác của thằng Heo vậy. Bằng không thì ông đến xóm nhà lá bên Khánh Hội. Mấy ông thầy giáo, thầy thuốc kiểu này ở dưới xứ mỗi lần lên Sài Gòn thường tìm tới nhà ông quản Tư để ngủ nhờ. Ông quản làm gì không biết họ coi nhà ông như một trạm an toàn, có thể tá túc qua đêm trong các chuyến công tác của họ ở Sài Gòn, nhưng ông giả dại cho qua. Cái tình đồng hương nó thắm đượm như vậy. Mặc dù trong lòng ông lúc nào cũng hết sức phập phòng lo âu mỗi khi họ đến, nhưng ông luôn niềm nở tiếp đón họ với cả tấm chân tình.

#

Hôm nay trong lúc gia đình ngồi ăn sáng Thanh để ý thấy ba mình có vẻ bồn chồn, chập chập liếc mắt ra hướng sàn rửa chén ở sân sau với vẻ lo âu ẩn hiện trong ánh mắt xa xăm dịu vợi. Thanh cảm thấy lo lắng về tâm trạng của cha. Muốn hỏi thăm cha nhưng không biết phải nói gì, lại lo sẽ làm cho cha giận, mà vốn là trong gia đình ngay cả lúc bình thường nhứt cũng ít trao đổi thố lộ tình cảm với nhau.

Thanh đi chợ về, chưa kịp tới bếp để giỏ đồ ăn xuống, ông quản Tư đã hấp tấp chặn lại bên hè dặn:

- Con vô trỏng kêu mấy đứa trong nhà đổ hết khạp nước nấu ăn đi.

'Sao vậy ba?' Thanh thắc mắc hỏi. '*Đổ hết nước, lấy gì mình nấu cơm.*' Ông quản nói:

- Kêu con Lý múc nước mới bên hàng lu nước mưa qua xài.

- Bộ nước cũ bị dơ hả sao vậy ba?

- Tối hôm qua ba thấy thằng Mạnh lén vô nhà mình đổ một chậu máu vô trong khạp nước.

Mạnh là người cảnh sát gác chợ thay thế ông quản Tư. Mấy lúc sau này bạn hàng rong gặp ông quản Tư ngồi uống cà-phê thường than phiền với ông là Mạnh vòi vĩnh tiền của họ. Ông quản Tư rất giận nên đã đến khuyên răn hắn. Hắn vẫn chứng nào tật nấy, không chịu sửa đổi, nên ông đã trình bày vụ việc lên thượng cấp.

- Ủa sao chú Mạnh làm gì kỳ vậy ba?

- Ba có chuyện xích mích với nó ở trong bót. Nó sanh bụng tư thù, muốn vu oan giá họa gì cho mình đây.

Thanh vội chạy đến giở nắp lu ra xem, ngạc nhiên hỏi lại:

- Con thấy nước còn trong veo mà ba.

- Tao biểu đổ thì đổ đi.

Thanh với lấy cái lon nhôm treo kế bên, định múc lên miếng nước coi thử. Ông quản Tư giận dữ hét lớn:

- Đừng đụng tới nó. Tránh ra. Bây không đổ để tao đổ.

Thấy ông bất thình lình hung hãn xấn tới, Thanh giơ tay can ngăn:

- Thôi được rồi ba, để con kêu con Lý lên thay nước mới.

Ông quản Tư thẫn thờ bước qua hiên nhà, dưới hàng tràm, bên bờ ao, do dự một hồi lâu trước khi dắt chiếc xe đạp đang dựng bên hông nhà ra cửa ngõ. Uể oải ngồi lên yên xe, thất thểu đạp xe đi.

#

Ông quản Tư đang ngồi với thầy giáo Hai ở quán Xít Tê, thì đội Cừ bước tới kéo ghế ngồi kế bên nhe răng cười toe toét. Thầy giáo Hai bâng quơ nói:

- Bữa nay có chuyện gì mà Đội Cừ có vẻ đắc ý quá vậy ta.

Đội Cừ kêu một ly cà phê sữa rồi ngửa mặt lên trời há miệng cười:

- Mới nghe vợ thằng Thổ kể lại chuyện Bà Năm nói tiếng bồi, nghe mắc cười gần chết.

Hồi bà Năm mới vô giúp việc nhà cho vợ chồng ông Cò Tây, một bữa tình cờ không biết ăn phải giống gì bị đau bụng, mà cửa cầu tiêu trong nhà lại thường xuyên khoá vì chủ nhà không muốn mấy người giúp việc sử dụng. Khi nào cần lau chùi cầu thì bà chủ đưa chìa khoá cho. Tội bà Năm, sự thể gấp rút quá không có thời giờ chạy ra cầu tiêu công cộng, bà phải quýnh quýnh quáng quáng chạy tới cầu khẩn với bà chủ Tây:

- Ma-đàm, ma-đàm, đỏn-nê mỏa cái lặc-lìa-lặc-lọi để mỏa đi tủm tủm xà xà.

'*Đỏn-nê mỏa*' ý nói '*Xin cho tôi.*' Chìa khoá trong tiếng Pháp là 'la clé', nhưng trong lúc cấp bách bà Năm chỉ nhớ man mán âm chữ rồi gọi nó là '*cái lặc lìa lặc lọi.*' Còn chữ 'đi cầu' hay 'đi tiểu tiện' bằng tiếng Pháp thì bà Năm chưa học tới nên đành sáng chế ra một cụm từ '*đi tủm tủm xà xà*' rất là tượng thanh và đặc biệt trong khi phát ngôn bà còn chua thêm cái màn ra dấu thật ấn tượng để nó trở thành một thứ ngôn ngữ quốc tế, mà thiết nghĩ ông Tây bà Đầm nào cũng có thể hiểu được.

Đội Cừ cười chưa dứt thì thằng Đực từ đâu đến thì thầm bên tai hắn. Thằng Đực mới mười hai tuổi mà cả ngày phải lê cái bình thủy đi bán cà lem khắp xóm. Đội Cừ dụ nó làm điểm chỉ viên cho hắn, thỉnh thoảng cho nó mấy cắc trả công. Lần này nó đến báo tin về Ông Hai, cha ruột của Đội Cừ. Sau khi mẹ của Đội Cừ qua đời, ông Hai sống một mình trong cái chòi lá do chính ông dựng lên làm tổ uyên ương với một người đàn bà trẻ mà ông coi là vợ hai. Chị ta mồ côi cha mẹ từ nhỏ, sống với người anh cả, nhưng chẳng được mấy năm thì trong một lần loạn lạc người anh bị lạc đạn chết. Từ đó chị bơ vơ một mình, đi lấy mối bánh men về bán dạo kiếm sống.

Đội Cừ nghe tin báo xong, mặt lạnh như tiền, mắt lồng lên cơn lửa giận. Thân xác hắn ngồi đó mà hồn để đâu đâu. Chợt hắn gục mặt vào lòng hai bàn tay, đan mười ngón tay vào mái tóc dày kệt trước trán rồi vuốt ngược ra sau tới tận ót. Hắn lập đi lập lại nhiều lần, trước khi đứng bật dậy, bỏ đi. Quan sát hành động của Đội Cừ ông quản Tư đâm lo. Ông tuy quen biết hắn không lâu, nhưng đã nhiều lần để ý thấy hắn thường có động tác vuốt tóc tương tự trước khi tra tấn tù nhân. Ông lại nghĩ tới ngón tay cái ngắn ngủn và to chần dần của hắn, mà ông cho là tướng sát nhân, nên dù trời đang nóng ông cũng cảm thấy rùn mình, gai ốc bỗng nổi lên đầy hai cánh tay.

Linh tính của ông quản Tư đã không sai, nhưng lần này đội Cừ còn ra tay tàn độc hơn. Nó lấy cái mái dầm chèo xuồng đập đầu Ông Hai, ba nó, cho tới chết. Gỡ sợi dây vỏng xuống cột chặt phía trên mắt cá hai chân ba nó, rồi kéo lê thi thể ông trên bùn lầy trong cơn mưa xối xả ra tới tận cái chòi coi vịt ngoài giữa đồng. Đội Cừ ém thi thể ba nó vô lu nước ở phía trước chòi, rồi lăn ra mương thủ tiêu. Trời bất dung gian, thằng Ổi trên đường đi câu cá về, tình cờ mắc mưa, đang trú trong chòi, và đã thấy hết mọi việc làm của Đội Cừ. Thằng Ổi về nhà kể cho ba nó nghe, nhưng ông cấm tuyệt không cho nó nói ra nửa lời với ai. Người đời thường nói im lặng là vàng, nhưng trong trường hợp này là để giữ mạng nó. Đội Cừ đã ra tay giết cha mình để được ông sếp Tây tín nhiệm, sau mấy lần cản ngăn ông Hai đừng gặp người anh ruột của hắn theo Việt Minh kháng Pháp, mà ông không nghe.

Mấy ngày sau nước cạn, có người nhìn thấy cái lu dưới mương, và đã khám phá ra thi thể ông Hai. Đội Cừ lại vu oan cho Chị Tư, tình nhân của ba nó. Nó còn khoe là để tra tấn chị Tư nó không cần đánh đập gì hết. Cứ mỗi ngày lột hết quần áo chị ra, bắt chị đứng tòng ngòng sát vách tường cho nó coi, để nó khen chỗ này chê chỗ kia. Ngoài ra còn thả ổ kiến lửa dưới chưn chị rồi tưới nước đường lên những vùng đàn bà của chị. Qua tới ngày thứ hai là chị chịu ký tên nhận tội.

Sáng nay như mọi hôm, tại nhà ông quản Tư, một ngày mới không bắt đầu bằng nắng mai chan hòa đánh thức vạn vật, mà bằng những tiếng chíu chít rân rang của bầy chim sẻ trốn qua đêm giữa những cành lá xum xuê trên ngọn hàng tràm ông trồng dọc bờ ao bên hông nhà từ khi gia đình mới dọn về đây. Đến khi mặt trời ló dạng Thanh đã đứng bên giá thau nước đánh răng rửa mặt. Trong khi vẫn chưa tươi tỉnh hẳn, cô đã cảm thấy lạ sao nãy giờ cha mình đứng gần đó cứ ngước mặt chăm chăm nhìn lên mấy ngọn tràm không nói không rằng. Với tay lấy khăn lau mặt đặt trên giá thau, Thanh hỏi:

- Ba đang làm gì đó?

Ông quản Tư im lặng, lần bước đến bên Thanh mắt vẫn không rời mấy ngọn tràm, thì thầm:

- Con kêu thằng Bảy tới đốn hàng tràm đi.

- Ủa sao vậy ba?

- Tao kêu làm vậy thì cứ làm đi. Hỏi gì hổng biết nữa.

Thanh nhíu mày lo âu về thái độ thất thường của cha mình mấy lúc gần đây. Hàng tràm này do chính tay ông trồng, ông chăm sóc, và ông chờ đợi từng ngày cho chúng lớn lên tỏa bóng mát dọc bên hè. Nhà ít khi dùng cửa trước, từ người trong gia đình đến khách khứa hàng ngày đều núp dưới bóng hàng tràm mà đi thẳng từ ngoài ngõ đến bên cửa hông. Mỗi ngày ông quản còn đặt ghế bố nằm bên hè đọc báo, ngâm thơ. Người đi lại trước ngõ nếu chịu khó học chắc cũng phải thuộc làu Cung Oán Ngâm Khúc hay Chinh Phụ Ngâm mà ông đã lớn tiếng ngâm nga mỗi ngày hai ba cữ. Không ngâm thơ thì cũng đánh cờ. Bàn cờ đặt trên cái bàn nhỏ giữa hai cây tràm, lúc nào cũng thấy mấy quân cờ bằng sừng trâu đen nhánh được bài binh bố trận. Hàng tràm đó đã là một phần thế giới của ông mỗi ngày, vậy mà sao ông có thể một sớm một chiều muốn đốn nó xuống. Đó là chưa kể mỗi chiều ông chờ đàn chim sẻ kéo nhau về tổ, để vui với tiếng chim ríu rít trên cành. Trong nhà nhiều người thật ra không thích bị chim đánh thức sớm quá vào mỗi sáng, riêng ông đó lại là một thú vui khác, vì ông thức sớm hơn và có ý chờ đợi tiếng chim rộn rã buổi sáng. Càng nghĩ Thanh càng thắc mắc không hiểu tại sao cha mình lại muốn đốn bỏ hàng tràm.

Ông quản Tư sau khi đi uống cà-phê về lại hỏi:

- Sao con chưa cho đốn hàng tràm đi.

Tìm cách khéo léo can ngăn cha, Thanh dò hỏi:

- Con tưởng trưa trưa ba thích đem ghế bố ra ngồi dưới hàng tràm đọc báo?

- Từ rày ba ngồi ở hành lang đằng trước nhà được rồi. Nó yên tĩnh hơn.

- Ba nói gì vậy, hồi nào giờ ba đâu có thích ngồi ngay cửa trước có nhiều người qua lại. Ở bên hè vắng vẻ yên tĩnh hơn. Ngoài ra còn có chỗ mát cho ba ngồi đánh cờ.

Ông quản không trả lời, cúi đầu buồn bã, lơ đễnh hướng mặt lên đỉnh mấy ngọn tràm, ánh mắt xa xôi dịu vợi gởi tới tận chốn nào, rồi ông lặng lẽ bước vào bên trong nhà. Sáng hôm sau, trong lúc Thanh đang đánh răng ông lại đến kế bên thì thầm:

- Bữa nay nhứt định phải đốn hàng tràm đó.

- Con tưởng ba đã đổi ý rồi.

- Tối hôm qua ba rình thấy tụi nó kéo về nữa.

- Ba nói ai vậy?

- Mấy đứa bị công an giết đó. Tụi nó kéo về tụ năm tụ ba, xù xì cả đêm. Mưu tính trả thù.

- Ba thấy họ ở đâu?

- Tụi nó trốn trên mấy nhánh tràm.

Lòng chùn đi, Thanh trả lời cho có:

- Mấy nhánh tràm nhỏ xíu, ai đâu mà tụ năm tụ ba ở trên được ba...

Một nỗi buồn xâm chiếm trọn hồn Thanh, cô đã không còn nghi ngờ gì, tâm thần của ba cô đã sa sút tệ hại. Không thể chần chờ được nữa, cô phải tìm cách chữa chạy cho cha. Nhưng ... làm thế nào thuyết phục một người đã không còn phân biệt được giữa hư và thực là họ đang sống trong một thế giới không thực. Và phải đối phó ra sao với tai tiếng gắn liền với căn bệnh thần kinh trong xã hội. Bao nhiêu câu hỏi về những trở ngại tiềm tàng kéo đến bủa vây Thanh. Nàng mệt mỏi thả người xuống chiếc ghế bên cạnh bàn ăn. Bà quản Tư vừa đi chợ về, chưa kịp đặt giỏ xuống bé Thảo đã quấn quít một bên, hỏi hôm nay bà ngoại có mua bánh tằm cho cháu ăn không. Thanh lan man lo nghĩ, không biết hoàn cảnh gia đình sẽ ra sao nếu cha mình bất ngờ bị sa thải. Ông là một công chức, thường thì về già có thể trông cậy vào tiền pension và rappel (các khoảng tiền hưu trí và truy lĩnh phụ cấp) cũng tạm đủ duy trì một cuộc sống ổn định. Còn nếu bị đuổi việc hay cho hưu trí non thì sao? Thanh đang hoang mang bởi những ám ảnh tiêu cực, thì chị Ba, người dọn mùng, cuốn chiếu trên ván của ông quản Tư mỗi sáng, hớt ha hớt hãi chạy tới nói nhỏ vào tai cô:

- Cô Út ơi, dưới gối của ông Tư sao có cái dao mác thấy ghê.

Sắc mặt Thanh tái nhợt. Tình huống càng lúc càng trở nên nguy kịch hơn cô tưởng. Thanh bắt đầu lo lắng cho sự an nguy của người thân trong gia đình, cô nhỏ giọng dặn dò chị Ba:

- Từ rày về sau, mỗi đêm trước khi đi ngủ chị nhớ giấu hết mấy con dao trong bếp đi.

- Giấu đâu bây giờ cô Út.

- Mỗi tối sau khi rửa chén xong, chị gom mấy con dao lại để trong rổ, đem giấu dưới gầm giường của chị. Sáng bữa sau lấy ra xài.

Sau khi chị Ba đi rồi, Thanh tìm gặp cha dò xét:

- Sáng nay chị Ba thấy có cái mác ai để trên ván của ba. Bộ ba vót cần câu hôm qua rồi bỏ quên đó hả ba?

Ông quản Tư chìm sâu sau ánh mắt xa vời, lơ đễnh thì thầm như nói với chính mình:

- Tối nay tụi bây trở lại tao chém chết bỏ.

'*Ai vậy ba*,' Thanh ngập ngừng hỏi nhưng trong lòng đã biết câu trả lời. Họ chỉ là những kẻ thù trong tâm trí bấn loạn của cha cô hiện nay. Ông ngoảnh mặt bước đi như không nghe câu hỏi, hay không muốn trả lời.

#

Suốt đêm Thanh thao thức tìm phương án chạy chữa cho cha. Ở xóm Cây Lý gia đình cô mới dọn đến chưa quen biết ai nhiều, Thanh phải nghĩ tới các bác, các chú bạn của cha mình ngày trước, nhưng tiếc là từ ngày dọn tới nơi hẻo lánh này ít có dịp gặp lại ai. Còn đồng nghiệp của ba nàng ở đây thì có người tốt, kẻ xấu, biết nhờ cậy ai. Sau cùng Thanh quyết định, để giữ tuyệt đối bí mật chuyện này đối với nhân viên ở bót Bãi Sậy, cô phải tìm đến nhờ những người bạn trước của ông quản Tư ở bót Xây-nho.

Thanh nghĩ ngay tới Mỹ Lệ. Sau khi bác Sáu trai ba nàng qua đời, mẹ con nàng phải dọn ra khỏi căn phố lính, nhưng gia đình mua được một căn nhà nhỏ trong hẻm ngay phía sau bót để ở, nên Mỹ Lệ vẫn còn liên lạc với vài người quen biết cũ. Sáng sớm ngày hôm sau lấy cớ đi thăm Mỹ Lệ, Thanh đạp xe suốt gần sáu cây số dưới ánh nắng thiêu đốt của mặt trời để đến nhà bạn. Sau khi nghe Thanh thố lộ hết sự tình, Mỹ Lệ trầm ngâm một lúc nghĩ cách giúp bạn. Chợt lên tiếng hỏi:

- Bồ còn nhớ chú năm Hoan với chú tư Cồn không?

- Mình nhớ. Hai chú trẻ trẻ thỉnh thoảng nhậu chung với ba tụi mình đó mà.

- Ừ, tại vì hai ổng là bạn bè với ba tụi mình nên mình kêu bằng chú, chứ đâu lớn hơn mình bao nhiêu. Họ học xong Brevet (bằng Trung Học Đệ Nhứt Cấp) là đi làm rồi.

- Trên mình có bốn lớp.... Mà sao bồ nhắc tới họ.

- Mình nghe nói họ được thăng quan tiến chức nhanh lắm nhờ được người Pháp đào tạo có bài bản, chứ không phải như thế hệ của ba tụi mình nói tiếng tây bồi không. Hai chú bây giờ làm việc ở bót Central (Tổng Nha Cảnh Sát). Chú Năm hình như là trưởng phòng nhân viên, còn chú Tư mình không rõ, hình như ổng làm gì với mật thám Pháp. Không biết họ có thể giúp gì mình.

- Cám ơn bồ, ít ra họ cũng là chỗ quen biết. Để mình coi.

Thanh từ giã Mỹ Lệ nhưng vẫn còn hoang mang chưa có kế hoạch gì cụ thể. Hai người chú này đâu phải là bạn bè thân thiết gì để nhờ họ đến tâm sự khuyên giải ba mình đi chạy chữa. Nhưng vì tránh không muốn cho người ở bót Bãi Sậy biết, sợ tai tiếng ảnh hưởng tới việc làm ở nhiệm sở của cha. Thanh nghĩ nên gặp chú năm Hoan trước vì bề nào chú cũng làm ở phòng nhân viên chắc có cách giúp. Còn chú tư Cổn làm ở sở mật thám, thì dù Thanh là con lính nghe tới cũng nổi da gà. Ngày hôm sau Thanh có ý đi tìm chú năm Hoan, nhưng hôm đó chú bận đi công tác xa. Thanh đành phải ghé qua tìm chú Tư Cổn.

Thanh khép nép bên ngoài cửa văn phòng mở lời chào:

- Thưa chú Tư, con là con của ông quản Tư ở bót Xây-nho hồi trước.

Tư Cổn sau một thoáng nhíu mày gợi nhớ đã nhận ra Thanh. Anh đã để ý tới 'cháu Thanh' từ lúc trước, nên lật đật nắm bắt cơ hội.

- Em Thanh đó phải không. Trời ơi kêu anh bằng anh được rồi.

Tư Cổn đến choàng tay ngang vai Thanh, dìu cô vào ghế dành cho khách rồi kéo ghế mình đến ngồi đối diện Thanh, nhe răng cười hè hè hỏi:

- Em đến thăm anh hả?

- Dạ cháu có dịp trở về bót Xây-nho thăm Mỹ Lệ con bác quản Sáu hồi trước, nghe Lệ nói chú làm việc ở đây.

- Chú gì chứ, kêu bằng anh đi nha cưng.

Từ lúc bước vào Thanh đã phải chịu đựng cái suồng sả choàng vai của Tư Cổn, giờ đến lời lẽ khiếm nhã. Thái độ và các lời lẽ xúc phạm tới tự ái của nàng làm nàng giận giữ, nhưng cố phải giữ bình tĩnh vì muốn cứu cha. Đang do dự không biết nên nhờ hắn hay không. Linh cảm cho nàng biết hạng người như thế này chỉ biết lợi dụng người khác, chứ có thể giúp được gì ai. Ngoài ra nghĩ tới việc hắn đang làm việc với mật thám pháp, mà nàng còn thấy trên bàn hắn chức vụ là Phụ tá Chánh sở Mật thám Pháp. Nàng đã linh tính biết hạng người này mình cần phải lánh xa, càng xa càng tốt. Thanh nghĩ không thể nói chuyện của ba mình cho hắn biết được, '*bọn này thấy thế yếu nó càng bắt chẹt thêm.*' Cô vội nói tránh:

- Dạ ba cháu sắp tới tuổi hưu trí, nên muốn hỏi thăm chú Năm Hoan về mấy chuyện lương hưu đó mà. Bữa nay chú Năm đi công tác, không gặp được nên sẵn dịp cháu ghé qua thăm chú.

Tư Cổn thình lình để tay lên đùi Thanh

- Vậy hay quá, để anh đưa em ra Brodard ăn kem rồi mình nói chuyện.

Thanh thót người đứng vụt dậy, vừa bước ra hướng cửa vừa nén nỗi phẫn uất trong lòng để có thể điềm đạm nhưng nhanh nhảu trả lời, '*Cám ơn chú, cháu phải về liền, ba cháu đang đợi ở nhà.*' Tư Cổn bất ngờ trước thái độ quyết liệt của Thanh, chưa kịp giở chiêu thức mới thì Thanh đã ra tới cửa. Hắn nhìn theo tiếc rẽ. Theo bản năng hắn thoáng định ra tay dùng bạo lực, nhưng nghĩ đến Năm Hoan và ba Thanh cũng chỗ quen biết nhau, nên đã không động thủ, mà đành tiếc nuối ngồi nhìn con mồi vuột đi.

#

Trên đường đạp xe về nhà, Thanh tự trách phận gái không biết giữ thân, ghì đầu xuống mặt đường cố phóng xe thiệt nhanh như đôi chân nhỏ của cô cho phép cho hả giận. Trời đất cũng đồng tình trút xuống một cơn mưa như thác đổ. Thanh càng liều mình thách thức với thiên nhiên. Chỉ có cái nón lá đội trên đầu nên mình mẩy ướt đẫm. Thanh cứ đạp xe như điên như dại, bương trong gió băng trong mưa. Tiến nhanh vào ngã tư đường cùng lúc với một chiếc xe Peugeot trắng. May gặp phải tài xế cẩn thận, cho xe lăn bánh từ từ, nên lạng tránh được, không tông trực diện vào người Thanh, nhưng cũng hớt nhẹ về sau của xe đạp, hất Thanh xuống đường, chân tay trầy sướt.

Trường, một cậu chủ trẻ tuổi ngồi phía sau xe, vội chạy đến định đỡ Thanh dậy, bất ngờ gặp phải phản ứng mãnh liệt của cô. Trường vừa quỳ xuống sau lưng Thanh, cô thét lên '*tránh ra*' và vung tay hất Trường ngã xuống mặt đường. Bộ *com-lê* trắng tươi đã ướt sũng nước mưa giờ lại lem luốc bùn đất. Trường chỉ ngạc nhiên không giận dữ vì đã bị thu hút bởi vẻ mặt sáng ngời với ánh mắt dù đang lúc giận dữ nhưng biểu lộ tánh quả cảm và quyết đoán hơn là hung hăng hay thù hận.

Trường cố ân cần hỏi han, nhưng với thái độ dè dặt hơn:

- Xin cô cho phép tôi được đưa cô đến bệnh viện.

Thanh gượng đứng lên nhưng cảm giác đau buốt nhói lên ở gối làm nàng ngã quỵ xuống trong vòng tay chờ đợi của Trường. Trường dìu Thanh vào ngồi ở băng sau xe, kêu chú Năm tài xế đưa Thanh đến Grall, một bệnh viện cao cấp dành cho người Pháp hay những người Việt có quốc tịch Pháp trước đây.

Giọng nói ấm áp và thái độ ân cần chăm sóc của Trường khiến Thanh cảm thấy an toàn hơn. '*Còn xe đạp của tôi*,' Thanh nhắc.

- Cô đừng lo, xe đạp để trong *cốp* sau, lát nữa chú Năm sẽ đem đi sửa luôn.

'*Cám ơn anh*,' Thanh thoa tay lên gối áy náy nói, '*Xin lỗi đã vô phép với anh lúc nãy.*' Nghe Thanh bỗng dịu giọng, lại gọi mình bằng '*anh*', Trường mỉm cười nói:

- Tôi tên Trường, xin lỗi có thể biết quý danh cô?

- Dạ tôi tên Thanh.

Một khoảng yên lặng. Mỗi người theo đuổi một ý nghĩ. Thanh bắt đầu cảm thấy ngượng ngùng ngồi chung xe với một người đàn ông xa lạ. Một sự so sánh giữa Trường và '*chú Tư Cồn*' bất chợt đến với nàng. Một bên đã tạo cho Thanh sự cảnh giác ngay từ lúc mới nói tiếng chào hỏi, còn một bên có khả năng tước hết bản năng phòng thủ của Thanh.

- Xin lỗi cô, hồi nãy bác Năm đã ráng hết sức mà không tránh được, để cô phải chịu cảnh này.

- Dạ cũng lỗi ở tôi cứ cắm đầu cắm cổ chạy, tới ngã tư hồi nào không hay.

- Miễn cô được an toàn là tốt rồi. Cô đã cảm thấy đỡ hơn chưa.

Thanh xoa tay trên gối bị thương, cố duỗi chân ra vào, rồi gật đầu nói:

- Đầu gối đã không còn bị đau nữa. Hay là anh làm ơn sửa giùm chiếc xe đạp thôi, tôi có thể đạp xe về nhà.

Trường khuyên Thanh nên ít ra cũng để y tá chăm sóc mấy vết trầy sướt trên hai bàn tay Thanh để tránh bị nhiễm trùng. Dù Thanh thường bị ám ảnh bởi rủi ro làm người mẹ ruột bị nhiễm trùng Tétanos (gây bệnh phong đòn gánh) mà qua đời, nhưng nỗi bận tâm hơn đối với nàng là lo nếu bản thân mình có mệnh hệ nào thì không còn ai chăm sóc cha mẹ già và đứa con của người chị tật nguyền.

Thanh do dự gật đầu đồng ý theo Trường đến bệnh viện. Nàng thì thầm lo lắng:

- Mong bác sĩ sẽ khám nhanh, sợ về trễ ba tôi trông.

- Tôi sẽ đưa cô về. Nhà cô ở vùng nào?

- Dạ, gần bót Bãi Sậy, nhưng không dám làm phiền anh đâu.

- Chà, xa quá vậy mà cô đạp xe tới đây à? Cô đừng ngại, tôi cũng muốn đến vùng cô ở cho biết.

- Ở đó là vùng ven đô, nửa quê nửa thành. Đâu có gì để coi.

- Nói thật với cô, tôi đã xa quê hương suốt sáu năm và mới trở về mấy tuần trước. Khi xa nhà mình thấy nhớ nhà lắm, về đến nơi cứ như ngồi không yên, muốn đi đây đi đó thăm lại mấy chỗ cũ mà mình biết hồi trước. Còn những chỗ mới như Quận Bãi Sậy thật ra hồi xưa tôi cũng chưa có dịp đến, bây giờ muốn đến cho biết.

- Chắc anh đi du học về, vậy anh là kỹ sư hay bác sĩ?

- Đúng là tôi đã qua Pháp học, nhưng tại sao cô đoán nghề nghiệp của tôi phải như vậy.

- Dạ, tôi nghe những người giàu có gởi con qua Pháp du học đều mong con mình được trở thành kỹ sư hay bác sĩ. Dĩ nhiên cũng có người sau khi xa nhà trở nên bê tha, bỏ dở chuyện học hành rồi rước một bà đầm về nước.

- Sao cô không nghĩ tôi thuộc thành phần thứ ba đó.

Thanh ngượng ngùng nhìn qua bên kia cửa kiếng. Những giọt mưa đã thưa hột. Trường định tránh không đi xa hơn nữa vào đời tư của mình, vì hiện tại chàng vẫn chưa biết tương lai rồi sẽ ra sao, nhưng cảm thấy thú vị về nhận xét của Thanh, Trường bâng quơ nói:

- Ngoài ra còn một thành phần thứ tư không nghe cô nhắc đến.

Thanh nói:

- Tôi chỉ vui miệng đưa ra nhận xét chung chung vậy thôi, chứ làm gì biết rõ có thành phần nọ, thành phần kia.

- Hồi ở bên Pháp tôi quen một anh bạn lớn hơn vài lớp, đã tốt nghiệp kỹ sư. Sau khi tôi về nước đã đi thăm anh ta, và ... cô biết ảnh đang làm gì không.

- Chắc làm việc cho chánh phủ hay đang dạy học phải không anh.

Trường lại gật gù thích thú câu trả lời của Thanh.

- Cô biết không, cô bao giờ cũng có những nhận xét thiệt độc đáo, hay ít ra cũng đáng cho người ta suy ngẫm.

- Anh chê tôi quê mùa thì nói đi, chứ tôi thì biết gì về chuyện của mấy anh.

- Không, tôi nói thật tình đó. Nhận xét của cô cho thấy, người mình có học tới đâu rồi cũng chỉ ra làm quan hay làm thầy. Đời xưa học hành chỉ mong đỗ đạt để được làm quan, không được làm quan thì khăn gói về vườn làm mấy ông thầy đồ cũng được xã hội trọng vọng. Đời nay cũng vậy thôi. Sinh viên đi du học lấy một mảnh bằng về, bất chấp thuộc ngành nghề nào, chỉ ngắm nghía mấy cái ghế thứ trưởng hay trưởng phòng trong chánh phủ, bằng không thì vào con đường dạy học làm giáo sư cũng vinh quang. Cứ tớp trước dạy tớp sau, thế hệ trước dạy thế hệ sau, ít có cơ hội áp dụng những kiến thức hay kỹ năng chuyên môn vào các ngành nghề thực tiễn giúp phát triển xứ sở.

- Vậy bạn của anh đang làm quan hay đang dạy học

- Anh ta ở nhà phụ gia đình cai quản mấy vựa than, vựa gạo. Phải chịu tiếng đời mai mỉa, gọi ảnh là '*Kỹ sư bán than.*'

- Uổng công ăn học quá phải không anh.

- Cũng đúng, vì anh ta đã không áp dụng được sở học của mình. Nhưng cũng có thể anh ta đang làm một điều cần thiết cho xã hội này. Đó là góp sức '*chấn hưng công-thương-nghiệp*' theo lời kêu gọi của phong trào Duy Tân.

- Chuyện đất nước lớn lao quá, tôi lo chuyện nhà còn chưa xong. Nhưng anh khiến tôi tò mò, muốn biết anh đã chọn con đường nào?

- Hiện tại tôi không thuộc thành phần nào cô đã nhắc đến, và cũng chưa biết trong tương lai sẽ như thế nào.

Trường ngập ngừng không muốn tiết lộ quá nhiều về đời tư, nhưng lại tiếp:

- Tôi học kỹ sư và đã ra trường, nhưng không dám tự xưng là một kỹ sư, tại vì tôi chưa hành nghề bao giờ, ngoại trừ làm tập sự mấy tháng tại một xưởng chế biến máy bôm nước của Pháp.

- Anh khiêm tốn quá. Tôi biết một người bạn của anh Hai tôi thuộc trường hợp thứ ba, rước về một cô vợ đầm và tự xưng là kỹ sư, nhưng theo lời đồng nghiệp thì anh ta chỉ tốt nghiệp cán sự.

Trường mỉm cười, nghĩ về hoàn cảnh con người và đất nước nơi mà ánh sáng văn minh khoa học và kỹ thuật chưa soi sáng tới mọi ngõ ngách. Anh đã tốt nghiệp Kỹ sư Canh Nông nhưng không đồng ý để cha anh sắp đặt vào một chân Tổng Giám Đốc tại Bộ Kinh Tế qua chỗ quen biết của ông. Anh đã chọn ngành canh nông vì lý tưởng phục vụ xứ sở, không phải để duy trì chế độ quan lại. Từ thời trẻ anh đã cảm kích quan điểm cách mạng của chí sĩ Phan Châu Trinh, dựa phần nào trên quan sát của ông về những đóng góp của thương gia Nhựt trong công cuộc xây dựng đất nước của họ. Người đã đề xướng phong trào Duy tân, chủ trương canh tân xứ sở theo hướng *'khai dân trí, chấn dân khí, hậu dân sinh'*. Định hướng sau cùng theo anh hiểu là trong hoàn cảnh nước nhà cần chú tâm phát triển kinh doanh để đem lại cơm no áo ấm cho dân.

- May quá, mình đến nơi thì mưa cũng vừa tạnh.

Giọng Thanh kéo Trường về thực tại. Xe đậu dưới hàng me, Trường dìu Thanh đến phòng khám bệnh, chăm chút từng bước đi của nàng trên con đường nhựa ướt át. Trên cành, lá me xanh tươi vương vấn nước, đó đây nhường chỗ cho vài tia nắng chứng nhân nhảy múa trên bờ vai, mái tóc hai kẻ lữ hành.

Sau khi rời bịnh viện, Trường đề nghị đưa Thanh về tận nhà, nhưng nàng cố thoái thác, muốn tránh cho ông quản Tư thêm ngờ vực lý do nàng vắng nhà cả ngày, nhưng phần cũng ngại không muốn Trường gặp ba mình trong trạng thái không được tỉnh táo như hiện nay. Trên đường đạp xe về nhà nàng mỉm cười vu vơ, nhớ lại những lời trao đổi thú vị với Trường, hình dung lại vẻ phóng khoáng của một người lịch lãm, và sống lại những khoảnh khắc xúc động nhưng không ít bối rối khi đón nhận sự chăm sóc ân cần của anh. Cuộc hạnh ngộ giữa đàng tuy ngắn ngủi và bất ngờ dưới cơn mưa tầm tã, nhưng dường như do một phép mầu đã lưu lại cả bầu trời chan hoà nắng ấm trong lòng Thanh. Nàng cố kéo dài khoảnh khắc hạnh phúc theo từng vòng lăn của bánh xe trên mặt đường, nhưng chẳng bao lâu những nỗi lo âu tưởng chừng vô cớ len lỏi vào tâm hồn để lại ở cuối chân trời những áng mây đe dọa, tích tụ của những bất ổn triền miên đeo đuổi Thanh suốt quãng đời trưởng thành của nàng.

Về đến nhà đối diện với ánh mắt xa xăm diệu vợi của ông quản Tư, những giọt nắng xuân rơi rớt còn sót lại trong lòng Thanh chợt bị che kín bởi đám mây đen vần vũ của thực tế. Tối lại trong bóng đêm Thanh nằm trằn trọc, tự hỏi nên trở lại bót *Centrale* ngày mai để tìm Năm Hoan không. Tuy kinh nghiệm sáng nay với Tư Cồn đã khiến nàng hoảng sợ không ít, bản năng phụ nữ cho Thanh cảm giác yên tâm hơn với Năm Hoan, và Thanh đã cố trấn an với những ý nghĩ lạc quan để mạnh dạn đi vào giấc ngủ.

May mắn thay, như dự đoán của Thanh, Năm Hoan vẫn còn nhớ giao tình với ông quản Tư ngày trước và đã hết lòng ra tay giúp đỡ. Ông đã đích thân lái xe Jeep của sở vào tận nhà, giả vờ mời ông quản Tư đi nhậu. Tuy nhiên ông đã chạy thẳng vô nhà thương Chợ Quán, và khẩn hoản khuyên lơn ông quản Tư nhập viện điều trị bịnh tình. Sau nhiều lần thuyết phục, Ông quản Tư đã đồng ý để bác sĩ chữa trị bằng phương pháp '*chạy điện*', tức cho một dòng điện cả trăm volt chạy xuyên qua hai thái dương.

Từ đó mỗi ngày Thanh phải đạp xe đi thăm nuôi cha. Nghe nói '*chạy điện*' khiến bịnh nhân '*bị nhiệt*' trong người, Thanh nấu canh cải *xà-lách-son* cho cha ăn cho mát. Nghe nói '*chạy điện làm mất sức bịnh nhân nhiều lắm,*' Thanh nấu các món có nhiều thịt trứng cho cha bồi dưỡng cơ thể. Từ nhà Thanh đến nhà thương phải đi qua ba cây cầu sắt cao vòi vọi, nhiều thanh niên trai trẻ còn không đạp xe qua nổi, phải xuống xe dẫn bộ qua cầu. Vậy mà mỗi trưa tay xách gà-mên cơm, Thanh đều cố đạp xe lên 3 cái dốc cầu ác nghiệt đó để mang thức ăn đến cho cha mình. Không ai bắt cô phải làm như vậy, cô chỉ cố bày tỏ lòng thành của mình với Trời, với Phật, với tổ tiên, mong được các đấng thiêng liêng chứng giám mà phù hộ cho cha cô sớm tai qua nạn khỏi.

Chương 7: Cuộc Bể Dâu

Tháng 5 năm 1954 Pháp đại bại tại Điện Biên Phủ. Mấy tuần đã trôi qua, Đội Cừ vẫn ăn ngủ không yên, trong lòng bồn chồn lo âu, nếu Pháp quyết định rút quân ra khỏi Việt Nam thì số phận của hắn sẽ ra sao. Sáng nay mặt mày ủ rũ, hắn đạp xe ra quán Xít Tê lấy *tuy-dô* về cuộc thương thuyết giữa ba bốn bên gì đó, hắn không rõ. Một số cường quốc đang họp tại hội nghị Genève ở Thụy Sĩ nhằm tìm giải pháp chấm dứt chiến tranh Đông Dương. Vừa gặp mặt thầy giáo Hai, chưa kịp chào hắn đã hỏi:

- Có tin gì mới không thầy giáo?

- Nghe nói cũng còn trong giai đoạn thương thuyết.

- Thầy nhắm coi Tây có bỏ Việt Nam không?

- Bỏ thì chắc không bỏ. Nếu Tây muốn phủi tay, họ đã không đề nghị chia hai Việt Nam để mong vớt vát miền Nam. Trên danh nghĩa thì miền Nam sẽ thuộc về chánh phủ Quốc Gia Việt Nam, độc lập dưới sự lãnh đạo của Quốc Trưởng Bảo Đại, nhưng trên thực tế vẫn còn vài sự áp đặt thuộc cơ chế Liên Hiệp Pháp.

- Vua Bảo Đại có đồng ý không?

- Có nhà vua nào muốn thấy lãnh thổ đất nước mình bị chia cắt đâu. Nhưng cũng tội cho ổng, trong hoàn cảnh hiện nay coi như mấy nước lớn đặt đâu mình ngồi đó thôi.

- Họ muốn chia kiểu nào vậy thầy?

- Nghe đồn họ còn đang thương lượng, ba bên bốn phía kỳ kèo bớt một thêm hai vậy mà.

- Tức là lằn ranh phân chia hai miền vẫn chưa được ấn định?

- Nghe nói là chưa, nhưng mỗi bên hình như đã đưa ra lập trường của mình.

- Thầy nghĩ coi Pháp có chịu nhượng bộ không?

- Dù không muốn, cũng phải chịu. Pháp coi như đã phá sản sau Đệ Nhị Thế Chiến và cho tới giờ vẫn chưa ngóc đầu lên nổi. Mặc dù họ có nhận được sự hỗ trợ từ phía Hoa Kỳ để phát triển thời hậu chiến, nhưng họ đã dùng hầu hết số tiền viện trợ để củng cố các thế lực thuộc địa của họ ở khắp nơi từ Phi Châu tới Đông Dương mình. Thành ra ngày nay coi như Pháp đã mất hết mọi lá bài chánh trong tay để thương thuyết.

- Chà, hổng biết rồi mọi chuyện tới đâu đây.

- Tới bữa nay thì nghe phong phanh, lập trường của Pháp là lấy vĩ tuyến 18 làm ranh giới phân chia hai miền Nam Bắc. Tàu thì đề nghị dời lằn ranh xuống hướng Nam một chút tới vĩ tuyến 16, chắc có ý muốn chiếm cố đô Huế của mình. Mấy ông con Trời mà. Còn Việt Minh thì nghe đâu ngấm ngầm vận động đẩy lằn ranh xuống hướng Nam sâu hơn, tới tận vĩ tuyến 13 hay 14 gì đó, chắc là họ muốn nắm Đà Nẵng với Hội An luôn.

Hai ngày sau mọi việc đã ngã ngũ. Ngày 21 tháng 7 năm 1954 Hiệp Ước Đình Chiến đã được tuyên bố tại thành phố Genève của Thụy Sĩ, chánh thức chấm dứt chế độ thực dân Pháp tại Đông Dương. Theo đó vĩ tuyến 17 được ấn định làm lằn ranh tạm thời chia đôi Việt Nam trong thời hạn hai năm, trước khi Việt Nam có thể thống nhứt sau một cuộc tổng tuyển cử. Tuy nhiên thực tế đã dẫn tới một sự chia cắt lâu dài, với hai chánh phủ thù nghịch được thiết lập tại hai miền: Miền Bắc thuộc chánh phủ Việt Nam Dân Chủ Cộng Hòa và Miền Nam thuộc chánh phủ Việt Nam Cộng Hòa. Hai chánh quyền trên danh nghĩa chỉ khác nhau bởi chữ 'Dân chủ' nhưng thực chất là sự khác biệt một trời một vực giữa hai ý thức hệ - Cộng Sản Chủ Nghĩa ở miền Bắc và Tư Bản Chủ Nghĩa ở miền Nam.

Ngoài ra hiệp định Genève còn quy định một thời hạn kéo dài 10 tháng kể từ ngày Việt Nam tạm chia đôi, chánh phủ ở hai miền được an toàn chuyển binh từ mọi vùng về phần đất riêng của mình. Dân chúng cũng được tự do đi lại giữa hai miền trong khoảng thời gian ấn định. Thỏa thuận này đã dẫn tới một cuộc di dân tập thể, đông đảo chưa từng xảy ra trong lịch sử nước Việt Nam. Đó là làn sóng di cư của hàng triệu người dân từ Bắc vào Nam. Và ngược lại, hàng chục ngàn quân dân chiến đấu chống Pháp trong hàng ngũ Việt Minh tại miền Nam trước đây nay *'tập kết'* ra Bắc.

#

Ông quản Tư đã bình phục, và từ ngày nghe tin đình chiến ông cũng như nhiều người trong các gia đình khác ở miền Nam rộn ràng chờ đón con em đã từng theo lực lượng Việt Minh kháng chiến chống Pháp trở về đoàn tụ. Rất tiếc không phải ai cũng được toại nguyện. Đa số thanh niên trai trẻ ra đi với bầu nhiệt huyết giành độc lập cho quê hương xứ sở đã hy sinh trong công cuộc hoàn thành sứ mạng thiêng liêng, hay nếu may mắn sống sót thì nay đang trên đường tập kết ra Bắc theo đuổi lý tưởng riêng. Niềm hân hoan của ông quản Tư và gia đình lúc đầu đã dần dần nhường chỗ cho nỗi lo âu thấp thỏm. Sau một tuần, rồi hai tuần chờ đợi, Bình đứa con trai một của ông quản Tư vẫn bặt tăm. Tiếng nói tiếng cười trong nhà trở nên thưa thớt. Ông quản Tư tìm đến men rượu để giải sầu. Nhìn dáng vẻ trầm ngâm tư lự suốt ngày của cha mình bên nhạo rượu, hai mắt thường dõi ra phương trời xa xăm, hay có lúc lại dìm chặt dưới đáy chung rượu cạn, Thanh lo ngại bệnh cũ của cha sẽ tái phát nếu tình trạng này còn kéo dài.

'*Không thể ngồi nhà chờ hoài được*' Thanh tự nhủ và quyết định lên đường đến các địa điểm tập kết tìm anh mình. Sau khi dò hỏi tin tức Thanh biết được một số địa điểm tập kết mà dân quân miền Nam theo Việt Minh tập hợp để đợi mấy chiếc tàu Nga và tàu Ba Lan đến đưa ra Bắc. Cô chọn đến địa điểm Xuyên Mộc ở Bà Rịa trước, vì nó gần Long Thành hơn hết, nơi mà một người thân từng báo cho ông quản Tư biết đã gặp Bình. Thanh phải đi một mình, vì ông quản Tư cảm thấy bất an nếu phải mạo hiểm vào những vùng mật khu của Việt Minh dù đất nước đang trong giai đoạn ngưng chiến.

Ba bữa nay trong lúc chuẩn bị hành trang lên đường, Thanh không tránh khỏi nghĩ tới Tâm và thoáng ao ước được gặp lại người yêu trong mộng của mình, dù bản thân nàng cũng không biết để làm gì và sẽ nói những gì với Tâm. Nàng chỉ cảm thấy lòng lâng lâng với những ý nghĩ chợt đến chợt đi. Từ tờ mờ sáng Thanh đã đón xe lô ra Xóm Củi, từ đó đi bộ gần nửa tiếng đồng hồ qua khỏi cầu Chà Và đến trạm xe buýt đi ra bến xe Miền Đông, để kịp lấy chuyến xe đò sớm đi Long Thành, tới nhà một người em họ của bà quản Tư. Xuống xe ngoài đường cái, Thanh lấy xe ngựa theo hướng vô chợ rồi dòm chừng khi nào tới một căn nhà mà theo ký ức Thanh là sẽ nằm phía bên phải, có tường quét vôi vàng, và hai cây chôm chôm tróc, giống Java, treo từng chùm trái đỏ ửng trước nhà.

Sau khi nghỉ qua đêm, '*dì Tư*', bà dì họ của Thanh, dẫn cô tới Xuyên Mộc dò la tin tức của Bình. Tới nơi thấy quang cảnh như ngày hội, trên đường từ chợ ra đến bến tàu người người tấp nập, có nhiều nhóm lính bộ đội tụ năm tụ ba hút thuốc, chuyện trò vui vẻ, lẫn cảnh người nhà đang bịn rịn tiễn con em tập kết ra Bắc. Dì cháu Thanh chia nhau đi hỏi thăm các bộ đội cả buổi trưa, gặp ai cũng đưa hai tấm hình cũ của Bình ra nhờ nhận diện. Người nào người nấy đều lắc đầu, nói không quen biết Bình. Hai dì cháu đang đói bụng thì dì Tư của Thanh nhận ra hai ông bà hàng xóm ở Long Thành cũng đến đây tìm con, nhưng họ may mắn hơn đã tìm được người. Cả nhà đang ngồi ăn trưa với mấy bộ đội dưới gốc dừa bên bờ ao ở phía trước nhà một người bà con của gia đình họ. Thấy có thêm khách, chủ nhà sai đứa con trai lớn lội xuống ao mò thêm một mớ ốc bươu đem lên luộc, để dậm thêm với ba con cá lóc nướng trui. Rượu vào lời ra, mấy người lính kể huyên thiên những chuyện xảy ra trên núi, trong rừng, các nơi mà họ đã từng đi qua, cùng các tình cảnh hiểm nghèo, sống chết chỉ cách nhau trong gang tấc. Thanh có cảm tưởng như sau khi nghe nói về trường hợp của Bình, họ đã cố tìm cách an ủi gia đình nàng, và khuyên nên chấp nhận một tình huống xấu nhứt có thể đã xảy ra cho Bình.

Hai ngày sau ngồi một mình trên chuyến xe đò trở về Sài Gòn, Thanh mỉm cười nghĩ tới câu chuyện do một anh lính bộ đội kể lại về một loài *'trăn khổng lồ'*. Một hôm, sau cả ngày phải di chuyển trong rừng, anh và các bạn đồng đội dừng lại ngồi trên một thân cây ngã nằm vắt ngang dưới đất để nghỉ chân. Nào ngờ họ đang ngồi trên mình một con trăn khổng lồ mà không biết. Vì thân hình quá lớn nó không còn bò nổi nữa, nên lâu ngày rong rêu phủ đầy người. Mà nó cũng chẳng cần bò đi đâu, mỗi lần thấy mồi phía trước, nó chỉ cần hả họng to ra đã tạo nên một cơn giông bão hút con mồi bay thẳng vào bụng nó. Anh lính này còn kể tiếp, hôm đó may mà có một tớp đồng đội tới sau biết về lai lịch con trăn này nên đã kéo họ ra chỗ khác. Thật ra, theo anh, ở khu rừng kế bên còn có một con trăn lớn hơn con này gấp mười lần, và nó đã nuốt nguyên một tiểu đội kiểu đó. Nghe đâu có lần nó nuốt trửng một chiếc *xe tăng* của Tây.

Từ ngày Thanh trở về, Ông quản Tư càng buồn bã hơn, cả ngày ngồi đâu ngồi đó không nói chuyện với ai. Bà Tư có ráng gợi chuyện thì ông cũng chỉ ừ hử cho qua. Thanh quyết định phải tiếp tục hành trình đi tìm anh, và sau khi ở nhà được một tuần Thanh lại khăn gói lên đường, lần nầy đến một địa điểm tập kết khác ở tận Cà Mau. Trước khi lên đường Thanh lại nghe tin từ gia đình Tâm, chàng đã bị phục kích giết chết trong một lần định về Sài Gòn thăm nhà. Thanh đau lòng và cảm thấy mất mát lớn trong tâm hồn dù tình yêu nàng dành cho Tâm chỉ là thầm kín. Thanh cố tìm an ủi trong ý nghĩ Tâm đã sống cuộc đời lý tưởng và hào hùng.

  Trong chuyến đi tìm anh Bình lần này, Thanh phải trở về quê nội để nhờ Chú Sáu, em chú bác của ông quản Tư, dẫn đường. Sáng sớm sau ngày tới Cà Mau, hai chú cháu Thanh rời nhà người quen, lội bộ gần hai tiếng đồng hồ dưới trời nắng chang chang mới tới được bến đò để đi nhờ ghe bầu dọc theo sông Cà Mau tới sông Ông Đốc, rẽ vào hướng Nam qua khỏi khu rừng U Minh, theo hướng đổ ra biển để tới một vị trí tập kết gần cửa sông. Bổn cũ soạn lại, lần nầy thì hai chú cháu Thanh thay vì hai dì cháu như lần trước, chia nhau tìm người hỏi thăm tin tức Bình. Chú của Thanh nhờ chỗ quen biết tìm được hai cán bộ giữ sổ ghi danh mấy bộ đội tập kết, nhưng rất tiếc dò tìm cả buổi tối thấy có một số người trùng tên trùng họ, nhưng tên cha mẹ và nguyên quán của họ không có gì trùng hợp với thân thế và hoàn cảnh của Bình.

Qua ngày hôm sau, chú cháu Thanh đành tìm ra bến xe đò trở về Cai Lậy. Tình cờ hỏi thăm mấy bộ đội ở bến xe, thì một anh tên Cường có vẻ nhận ra được Bình trong bức ảnh chụp vài năm trước. Anh Cường cho biết trong đơn vị anh lúc trước có một người từ ngoài thành vô, rất giống người trong hình mà Thanh đưa ra để dò hỏi, nhưng người đó lại tên 'Đức'. Hai chú cháu Thanh bàn với nhau, chuyện mấy người theo kháng chiến đổi tên đổi họ để tránh liên lụy đến gia đình ở nhà không phải là ít. Mà anh Cường có vẻ biết người trong hình rất rõ. Hai chú cháu tin lần này đã tìm được ít nhiều manh mối về Bình. Hỏi tiếp thì Cường cho biết anh không rõ hiện giờ 'Đức' đang ở đâu, vì lần sau cùng chia tay, nghe nói nhờ 'Đức' thông thạo tiếng Pháp nên được cử đi hỗ trợ cách mạng ở Châu Mỹ La-tinh, hay Cộng hòa Cu-ba gì đó. Theo lời Đức, *Cấp trên nói qua bên đó ảnh sẽ học tiếng Tây Ban Nha dễ hơn người khác*. Thật hư không biết sao, nhưng để bảo vệ sức khỏe và tâm thần của ông quản Tư, câu chuyện đã trở thành một giai thoại chánh thức trong gia đình ông quản Tư, và ông đã an tâm sống tiếp chuỗi ngày còn lại, tin tưởng con mình đang phục vụ cách mạng bên cạnh lãnh tụ Fidel Castro.

#

Trong khi các lực lượng của Việt Minh ở miền Nam tập kết ra Bắc, thì cũng theo tinh thần Hiệp Định

Genève, 36 ngàn quân Pháp rải rác ở miền Bắc đã rút về phía Nam của vĩ tuyến 17. Thủ tướng Ngô Đình Diệm thừa lệnh Hoàng Đế Bảo Đại, lúc đó đang sống tại Pháp, thành lập chánh phủ tại miền Nam Việt Nam trong hoàn cảnh hiểm nghèo và phức tạp. Khó khăn trước tiên là người Pháp tuy đã công nhận nền độc lập của Việt Nam nhưng tạm thời vẫn còn nắm quyền ngoại giao và quốc phòng tại miền Nam. Kế đến là có nhiều thế lực chánh trị lẫn quân sự đã lợi dụng thời cơ, nổi lên mưu đồ lấp vào khoảng trống quyền lực do Pháp để lại. Kẻ bênh Pháp, người thân Mỹ, lại có nhóm bảo hoàng muốn phục hồi ngai vị tuyệt đối của triều đình Nguyễn. Nạn xưng hùng xưng bá cứ như vậy mà bộc phát khắp nơi, kéo theo nhiều tệ nạn xã hội tới tận các hang cùng ngõ hẻm.

Một trong những chống đối đầu tiên mà chánh quyền của thủ tướng Ngô Đình Diệm phải đối phó là âm mưu đảo chánh của Trung Tướng Nguyễn Văn Hinh, Tổng Tham Mưu Trưởng Quân đội Quốc gia. Tuy nhiên dự tính đảo chánh của tướng Hinh đã không thực hiện được vì thiếu hậu thuẫn có thực chất từ phía chánh quyền Pháp, dù họ đang âm thầm vận động ở hậu trường để thành lập một chánh quyền thân Pháp lên cầm quyền ở miền Nam.

Đến tháng 7 năm 1954, sau khi đã thành công trong công cuộc thu hồi các cơ sở hành chánh từ tay người Pháp, Thủ tướng Ngô Đình Diệm tuyên bố thành lập chánh phủ. Tuy nhiên nội tình còn nhiều bất an cần khắc phục, một phần do Quân Bình Xuyên tại Sài Gòn đã liên minh với các lực lượng chống đối thuộc quân đội Cao Đài và Hòa Hảo tại nhiều tỉnh thành từ Đông sang Tây. Tình huống khó khăn này chưa giải quyết xong, non một tháng sau chánh quyền phải lo việc tiếp nhận làn sóng di dân của cả triệu người từ miền Bắc vào Nam, những nạn nhân của một hoàn cảnh lịch sử bi thương khi đất nước bị chia đôi.

#

Người dân từ miền Bắc sau khi di cư đến miền Nam đã sống rải rác khắp nơi. Riêng tại xóm Cây Lý nhờ có một số kho lúa gạo dọc bờ kinh Bãi Sậy bị bỏ hoang vào thời điểm này, nên được dùng làm những trại tạm trú cho người di cư. Từ ngày có xe đò, xe vận tải chạy thường xuyên hơn để chở gạo từ miệt lục tỉnh lên, nhu cầu tồn trữ gạo trong kho để quanh năm phân phối trong thành phố Sài Gòn đã giảm đi nhiều, nên có một số kho gạo bị bỏ trống. Riêng cái kho ở ngay đầu cầu Máy Rượu đã có hơn năm trăm người chen chúc sống tạm trong đó từ mấy tuần qua. Tiện nghi duy nhứt có lẽ là cái *phông-tên* ở ngay phía bên ngoài vách kho, mà bà con thường ra vào lấy nước để dùng trong việc nấu ăn, rửa chén mỗi bữa. Còn tắm rửa thì có nước sông từ con kinh An Thông Hạ chảy ngang qua phía trước cửa kho.

May mà chẳng bao lâu sau nhờ sức tháo vát của các cha xứ cùng sự hỗ trợ của chánh quyền mà toàn bộ số người di cư đã tìm được một cuộc sống tạm ổn định. Nhiều người dọn vào các xóm đạo mới được thành lập với những ngôi nhà thờ khiêm tốn do chính tay các con chiên dựng lên. Cũng có không ít người đã hòa nhập làm xóm giềng của dân cư địa phương lâu đời. Trong số này ở Xóm Cây Lý có vợ chồng ông Cai. Hai ông bà mở một quán phở mà lối xóm gọi là *'Phở Bà Cai,'* và từ đó con hẻm kế bên quán phở đã trở thành *'Hẻm bà Cai.'* Đành rằng lối sống bình dị có thể là một nét dung dị của người miền Nam, nhưng nó cũng dễ trở nên xuề xòa thái quá để dẫn tới thái độ hời hợt trong lời ăn tiếng nói. Bắc Nam đều là người Việt cả, nhưng những cách trở địa dư và lịch sử hình thành qua các thời đại khác nhau của từng vùng, khó tránh khỏi tạo nên những nét đặc thù của mỗi miền. Khó tưởng tượng được có một con hẻm nào giữa xứ Hà Thành ngàn năm văn vật có thể được trìu mến ban tặng cùng một hỗn danh. Bởi vậy từ buổi ban đầu người địa phương đã cảm thấy lạ tai với lối nói văn vẻ, mà họ cho là kiểu cách của người miền Bắc. Ngược lại người miền Nam thì thích vỗ ngực xưng tên, tui đây *'Có sao nói dậy người ơi.'*

Riêng về ẩm thực, thì phải nói là nhờ ông bà Cai mà dân ở Xóm Cây Lý mới biết đến món phở quốc hồn, quốc túy. Sáng, trưa, chiều khách đi trên đường gần tới quán đã ngửi được mùi thơm phưng phức của phở. Đến gần cây trứng cá trước cửa tiệm thì thấy bà Cai đang đứng chăm chút từng tô phở bên cạnh hai nồi nước dùng và nước trụng bốc hơi nghi ngút. Bên trên lại treo lủng lẳng mấy sâu thịt bò đỏ tươi mời gọi khách hàng. Người không có tiền ăn phở, thì ít ra mấy năm sau cũng được biết giá cả mỗi tô phở là bao nhiêu, qua câu nhạc nhái của mấy đứa con nít trong vùng, '*Cầm chắc trong tay, năm đồng đi ra bà Cai.*' [Nhại theo câu hát trong Tàu Đêm Năm Cũ của Trúc Phương: *Trời đêm dần tàn tôi đến sân ga đưa tiễn người trai lính về ngàn. Cầm chắc đôi tay ghi vào đời tâm tư ngày nay...*]

Ngoài ra cũng nhờ cộng đồng di cư nói chung mà nhiều người địa phương mới thấy được cây rau muống mọc đầy trong các ao đầm bỏ hoang từ trước tới nay. Mâm cơm thường bữa của người dân xóm Cây Lý cũng được phong phú hơn nhờ có món gỏi rau muống giòn giòn chua chua, hay sang hơn là một đĩa rau muống xào thịt bò, nhưng cũng có thể chỉ đơn giản là một tô canh rau muống có vắt chút chanh vào, ngoại trừ nếu dư dả thì thêm vài con tôm khô.

Ngược lại mấy bà nội trợ miền Bắc lúc ban đầu mỗi sáng đi chợ Bãi Sậy thường thấy choáng ngợp trước lượng thực phẩm cây trái phong phú ở miền Nam. Như trường hợp một anh lính di cư độc thân, anh thường kể lại cảm tưởng ban đầu khi thấy người ta bán trứng vịt phía sau chợ Bãi Sậy. Anh kể, '*Ôi chu choa, trứng sao mà to quá. Mỗi quả trứng trong Nam to gần gấp đôi ngoài Bắc.*' Và nghĩ tới giá cả phải trả anh lại tặc lưỡi nói thêm, '*Ối giời ơi, nó rẻ không thể tưởng tượng nổi. Ngoài Bắc mỗi lần người ta mua chỉ một hai trứng đem về ăn, còn trong Nam bán cả chục. Chưa hết, một chục ở trong Nam không phải chỉ có 10 hay 12 quả trứng đâu đấy nhé. Đôi khi người ta còn cho mình luôn 14 hay 16 quả đấy. Sướng thật!*'

Một xóm đạo do các Cha giúp gây dựng lên bên tả ngạn Kinh Đôi, đối diện với xóm Cây Lý, quy tụ được hơn phân nửa số người tị nạn trong kho lúc ban đầu, và tạo nhiều công ăn việc làm trên một vùng đất hoang vu trước nay. Xưa kia nơi đây từng là một địa điểm phòng thủ chiến lược quan trọng của chánh quyền thực dân, là một nút chặn đường xâm nhập của kháng chiến quân từ hướng lục tỉnh lên Sài Gòn. Dấu tích còn lại tới nay là một tiền đồn kiên cố của người Pháp đã bị rong rêu phủ kín. Xung quanh đầy rẫy cỏ, u du, lác mọc um tùm, cao khỏi đầu người, có chỗ che khuất cả mấy lỗ châu mai trên tường thành. Đồng bào di cư với sức phấn đấu mãnh liệt và bản chất cần cù lam lũ không quản ngại nhọc nhằn đã tận dụng những gì mà thiên nhiên và lịch sử ban cho dù vô tình hay cố ý, để biến vùng đất hoang dã thành một khu dân cư trù phú. Gạch xà bần lấy từ mấy bức tường thành của đồn Tây bị phá vỡ dùng làm nền xây nhà hay cất trường học. Tôm cá dưới sông rạch thì ngư dân quăng chài, kéo vó bắt lên, lớp ăn lớp bán. Sáng, trưa, mỗi ngày hai cữ từng đoàn phụ nữ mặc váy đen, đầu chít khăn mỏ quạ kiểu miền Bắc, cặp những rổ cá tôm tươi bên hông đem ra chợ bán.

Cỏ dại như lác hoang mọc khắp vùng đầm lầy phía sau xóm đạo cũng được cắt về, chẻ ra, phơi khô rồi dệt thành chiếu đem ra chợ bán, ban đầu chỉ có chiếu trơn về sau có cả chiếu bông. Thay vì đem ra chợ, có một người đàn ông thường vác chiếu trên vai rảo rảo khắp xóm Cây Lý rao bán. Sau biết được ông là cha của em Quyên bạn học của Thảo, thì Thanh luôn mua chiếu của ông. Mỗi năm hai lần cô còn qua tận nhà ông đặt mua một lô chiếu mới cho bốn bộ ván và hai chiếc giường trong nhà. Lần đầu đến nhà Quyên, thấy em giỏi giắn, đi học về còn phải giữ em, phụ nấu cơm, nên mỗi năm Thanh biếu cho gia đình hai sắp vải để may ba bộ đồng phục quần đen áo trắng cho Quyên mặc đi học. Thanh còn ý tứ *'sợ cháu Quyên tủi thân'* nên cố tình chọn cùng một loại vải mà bé Thảo mặc đến trường mỗi ngày.

#

Tuế, con trai ông bà Cai bán phở, đã trạc ba mươi mà vẫn còn độc thân. Anh là một nhiếp ảnh viên làm việc tại Bộ Thông Tin. Mỗi sáng đi làm, anh dẫn chiếc xe Mobylette ra tới cổng nhà đều dừng lại năm ba phút quan sát hoạt cảnh trên đường vào buổi bình minh vẫn còn khá xa lạ với anh. Anh cảm thấy thú vị, giữa tiếng la rân lẫn tiếng gọi nhau ơi ới của từng đàn trẻ cắp cặp tới trường, anh thích theo dõi mấy đứa khác chặp chặp dừng lại hai bên đường, lục lọi trong lùm cây bụi cỏ, bên mé mương hay dưới chân mấy cột đèn tìm bắt dế. Giữa đường vài công chức đạp xe đến sở, mấy người đàn ông khác đạp xe theo chiều ngược lại để ra chợ uống cà-phê, nhân công nhà Máy Rượu tay xách *gà-mên* đựng cơm trưa cúi đầu bươn bả đi làm. Đặc biệt trong số mấy bà mấy cô đang thong dong xách giỏ đi chợ bên lề đường, Tuế không quên đảo mắt tìm một cô gái có lần anh tình cờ gặp. Hôm đó anh đang hối hả đẩy xe ra khỏi nhà, nhằm lúc cô vừa bước ngang trước cửa quán, suýt nữa là bánh xe trước đã chạm vào người cô. Anh vội vã dừng lại, nói lời xin lỗi. Cô đáp lời với giọng nói nghiêm trang, nhưng anh thảng thốt trước vẻ cảm thông đồng điệu toát ra từ ánh mắt tới khóe môi của cô. Anh chưa bao giờ trải qua cái cảm giác gần gũi thân thiện đối với một người mới gặp lần đầu như thế. Sau nhiều ngày tháng vật vờ theo sóng gió của cuộc đời di tản, cảm giác ấm áp bất chợt dường như đã bắt đầu hâm nóng nhiệt tình của anh với cuộc sống mới.

Nó lôi cuốn anh lúc nào không hay vào những khoảnh khắc dệt mộng giữa ban ngày. Anh mơ ước về một mối tình với người chưa quen. Trớ trêu thay thực tế đôi khi đeo đuổi anh vào giấc mơ và đặt ra nhiều nghi vấn. Liệu bố mẹ anh có đồng ý cho anh rước về một cô dâu miền Nam không? Quan trọng hơn, biết người trong mộng có đồng đạo chăng? Một niềm hy vọng lóe lên khi anh nghĩ tới mặt dây chuyền dấu Thánh Giá mà anh để ý thấy Thanh đeo trên cổ. Anh nào ngờ điều đó không mang một ý nghĩa như anh mong muốn.

Trong buổi giao thoa văn hóa của người dân từ hai miền, mấy cô gái Nam kỳ thích nhất ở các anh trai Bắc kỳ là '*ăn nói có duyên*', khác hẳn kiểu '*dùi đục chấm mắm nêm*' của mấy anh Nam kỳ. Càng để ý tới đối tượng các cô còn nhận ra một điều khác, đa số các anh là những con chiên ngoan đạo, thường xuyên dự lễ nhà thờ mỗi cuối tuần. Thế là đeo '*dây chuyền mặt thánh giá*' đã trở thành một phong trào đối với nhiều cô gái miền Nam để tiếp cận các chàng trai đất Bắc. Tuy nhiên đối với Thanh và nhiều cô gái khác họ lại xem đó như một mốt thời trang với một món trang sức thời thượng. Những hiểu lầm nho nhỏ trong đời sống thường nhật của người di cư không chỉ xảy ra với Tuế mà còn với nhiều người khác, đặc biệt là do '*ngôn ngữ bất đồng!*' với người miền Nam.

Trong xóm Cây Lý, ngoài quán Xít Tê còn có quán Bà Hai. Quán Bà Hai gói ghém trong căn nhà lá khiêm tốn nằm bên đường ra chợ Bãi Sậy, là gia sản duy nhất mà Ông Hai để lại cho bà sau khi qua đời vì một chứng bệnh nan y. Tiền của ít ỏi mà gia đình dành dụm được nhờ đồng lương thợ tiện của ông Hai lúc sanh thời, đã đổ hết vào việc lo chạy thuốc thang cho ông, nên sau khi ông vĩnh viễn ra đi, Bà Hai phải tất bật xoay xở một thời gian kiếm tiền mở quán hàng xén, buôn bán nuôi hai đứa con. Đứa lớn bản tánh ham học, thằng nhỏ lêu lỏng rong chơi, là mối lo lớn của bà.

Quán Bà Hai không hẳn là một quán ăn, cũng chẳng là một quán nhậu, dù ăn nhậu đều diễn ra hằng ngày, mỗi ngày hai buổi. Buổi trước vào xế trưa là của mấy ông vác bao, vác mấy bao gạo từ dưới ghe lên chất trong kho chứa ở gần quán của Bà Hai. Mỗi bao nặng hằng trăm kí-lô, nên thông thường họ chỉ đủ sức cày tới xế trưa. Sau khi tắm rửa dưới sông, vài ông lang bang tới quán Bà Hai ngồi nhậu trước khi về nhà. Tới xế chiều Bà Hai phải chuẩn bị đón tốp thứ hai, là mấy công nhân nhà Máy Rượu đạp xe đến sau khi tan sở, kéo ghế ngồi quanh hai cái bàn gỗ tròn thấp lè tè dưới bóng cây chùm ruột. Tội cho bà Hai, phận goá chồng mở quán bán lỉnh kỉnh mấy thứ muối, đường, bánh trái kiếm tiền nuôi con, vậy mà còn phải chìu mấy ông bạn nhậu mỗi ngày hai cữ, '*vô*' mấy ly làm khách. Bởi vậy tới giờ cơm chiều là mặt mày bà đỏ ửng, bước chân loạng choạng, chưn sau đá chưn trước.

Hôm nay bác Ba và bác Sáu tới hơi trễ, vì có ba ghe bầu chở gạo tới cùng một lúc, hai bác kiếm được bộn tiền vác bao nên ghé chợ mua vịt quay, heo quay cho vợ con ăn. Hai ông vừa ngồi xuống đã bị ba ông bạn tới trước phạt, mỗi người một ly đế. Nói tới rượu thì ở quán Bà Hai chỉ có đế thôi. Bác Bảy ngồi chờ nãy giờ, rỗi rảnh quan sát Bà Hai đang chiết giấm từ trong khạp do bà *nuôi* ra mấy cái xị để bán. Bác Bảy gật gù, giọng nhè nhè:

- Đố mấy anh biết tiếng con gà mái kêu ra làm sao.

Thấy ai cũng mỉm cười mà không trả lời, bác Sáu nói:

- Thì gà kêu cục tác chứ sao nữa ông.

- Hổng phải. Để tui kể chuyện này cho mấy ông nghe. Bữa đó có hai con gà mái, một con kêu '*Cục cục tác. Cục, cục, cục gì dữ ác.*' Rồi mấy ông biết con gà kia trả lời sao không?

Bà Hai như thường lệ, đang bận việc mà lỗ tai vẫn phải để trên bàn nhậu để góp chuyện với mấy ông.

- Bộ con gà mái này thành tinh sao nói tiếng người vậy ông?

- Thành giống gì hổng biết, mà con gà mái kia lập tức trả lời: '*Cục, cục, cục thuốc. Cục, cục, cục thuốc.*'

Bà Hai nghe đỏ mặt, lần này không phải vì men rượu, mà vì bà biết ông Bảy chọc ghẹo bà. Bà bận làm việc, nên đã nhét đỡ cục thuốc xỉa to '*dữ ác*' bên khóe miệng, chờ lát nữa xỉa tiếp. Mấy ông bạn nhậu đắc ý, '*vô, vô*' tiếp. Thường ngày họ chỉ cần nhậu với vài trái chùm ruột mà bà Hai hái xuống từ trên cây ở phía trước tiệm, thêm dĩa muối ớt nữa là xong. Lần này cao hứng ông Bảy kêu thêm mồi khô mực để nhăm nhi.

Tình cờ ngoài đường có một đám tang đi ngang. Một thân nhân đưa tang khóc than qua giọng miền Bắc, '*Lá vàng còn ở trên cành; Lá xanh rụng xuống; Giời ơi là giời.*' Ông Bảy lè nhè giả giọng nhại theo: '*No gì chuyện ấy mà no; Còn gà trống gà mái, thì còn gà giò.*' Tội nghiệp, người dân cùng một nước mà như đôi đũa lệch, thiếu cảm thông với nhau dù thừa hưởng cùng một di sản ngôn ngữ. Không phải vì ông Bảy vô cảm hay có ác ý chi, mà một phần vì dốt nát, lạ tai đối với lối nói văn hoa chữ nghĩa của người miền Bắc, và phần khác vì chánh sách chia để trị của thực dân Pháp. Vào thời thuộc địa chánh quyền Pháp chia Việt Nam ra làm ba miền và áp đặt ba chế độ cai trị khác nhau: miền Nam là thuộc địa, còn miền Bắc và miền Trung nằm dưới quyền bảo hộ của Pháp, được kiểm soát qua các cơ cấu hành chánh khác nhau. Đó là chưa kể tới mưu đồ xoá bỏ căn cước Việt Nam qua việc xáp nhập ba nước Việt-Miên-Lào và đặt dưới quyền lãnh đạo của Toàn quyền Đông Dương người Pháp. Bởi vậy đã có không ít người Việt qua Lào và Cambodge làm ăn, và sanh con đẻ cháu bên các xứ đó.

Những va chạm vô tình trong buổi đầu gặp gỡ giữa hai miền tuy khó tránh, nhưng bên cạnh những hụt hẫng đáng tiếc còn có nhiều biểu hiện của tình quê hương và nghĩa đồng bào.

#

Trước các thảm cảnh của di dân từ miền Bắc, không ít đoàn thể, trường học, và nhiều cá nhân phát động các phong trào lá lành đùm lá rách. Trong số đó có ông Đốc Hương hiệu trưởng trường tiểu học Lý Thái Tổ ở gần bến Bãi Sậy. Ông Đốc dừng chiếc xe *Mobylette* cũ kỹ trước cổng nhà Thanh, lục trong túi da máng bên '*porte baggage*' phía sau xe lấy ra cuốn sổ tay màu đen, cầm bước vào sân nhà. Lý đang đứng tưới nước mấy chậu kiểng, vội chạy vào phòng làm việc của Thanh báo tin:

- Thưa Cô Út có khách.

- Khách nào vậy? Đàn ông hay đàn bà?

- Dạ ổng giống ông Đốc ở ngoài trường.

- Con mời ông Đốc vô nhà ngồi chờ cô một chút, và nhớ rót nước mời ông Đốc.

Lý đi rồi Thanh lật đật thu dọn sổ sách, trước khi bương bả ra tiếp khách:

- Dạ thưa chào ông Đốc, xin lỗi để ông Đốc phải đợi nãy giờ. Ông Đốc mạnh giỏi?

- Tôi nhờ trời cũng còn đủ sức chạy tới chạy lui lo cho mấy đứa nhỏ trong trường. Cám ơn cô Út hỏi thăm. Cô Út với ông bà quản chắc cũng mạnh giỏi?

- Dạ cám ơn ông Đốc. Mời ông Đốc dùng nước. Tết nhứt tới nơi rồi, chắc ông Đốc đang lo chuyện Cây Mùa Xuân cho mấy em.

Ông Đốc nhấp một miếng trà, chậm rãi đặt chung xuống, do dự ít khắc trước khi trả lời:

- Cô Út nói đúng rồi, nhưng ... lần nầy thiệt ngại quá, còn có chút chuyện định bàn thêm với Cô Út, không biết cô Út có rảnh không.

- Dạ được, có chuyện gì xin ông Đốc cứ cho biết, gia đình tôi giúp được cho mấy em học sinh tới đâu chúng tôi sẽ ráng tới đó.

- Điều đó thì chúng tôi đâu có lạ gì. Lúc nào Cô Út với ông bà quản ở nhà đây cũng sẵn sàng đóng góp rộng rãi cho trường, vì vậy trong thời gian qua chúng tôi đã không bỏ lỡ một cơ hội nào để ghi nhận các nghĩa cử cao quý của cô Út với ông bà quản.

Ông Đốc vân vê chung trà trong tay một chập, rồi đắn đo nói:

- Cũng vì vậy mà bây giờ muốn ngỏ lời xin thêm thì thiệt ngại quá. Mấy tháng nay như cô Út thấy đó, hàng ngàn đồng bào miền Bắc di cư vào Nam đang ở tạm trong mấy kho chứa lúa gạo. Tới nay Cha Thế đã giúp được hơn một nửa qua lập nghiệp trên vùng đất hoang bên kia kinh Đôi.

- Dạ lúc sau này tôi có gặp mấy cô mấy bà bên đó đi ngang qua nhà đem cá đem tôm ra chợ bán.

Thật ra với tánh của Thanh thấy người hoạn nạn thì hay giúp đỡ, cô không chỉ đã gặp bà con di cư, mà còn cố làm quen, tìm hiểu hoàn cảnh của họ để giúp đỡ. Bởi vậy họ biết tánh cô, nên sau mấy buổi chợ chiều ế ẩm, họ thường ghé ngang qua nhờ cô mua giúp cho hết mớ tôm cá còn lại trong rổ. Thỉnh thoảng gặp những hoàn cảnh khó khăn cá nhân, họ cần tiền mua thuốc thang cho chồng con, cô còn biếu thêm chút đỉnh tiền. Vừa qua Thanh gặp một cô bạn học khác của Thảo, tên Xuân, đã phải nghỉ học ở nhà buôn bán phụ cha mẹ. Thanh tìm đến gặp cha mẹ Xuân, hứa sẽ cung cấp quần áo sách vở và viết mực cho Xuân đi học lại. Nhưng hoàn cảnh gia đình Xuân cần có thu nhập do Xuân kiếm được, mới mong có đủ khả năng chạy chữa bịnh cho cha Xuân. Thanh đề nghị cho Xuân đến nhà cô phụ việc nhà lặt vặt mỗi ngày vài tiếng sau giờ học, cô sẽ trả lương, và gia đình Xuân đã đồng ý. Nói là sai vặt nhưng Thanh rất tế nhị trong việc xử thế, biết Xuân là bạn cùng lớp với con mình, nên cô lúc nào cũng cân nhắc việc làm nào giao cho Xuân để *"nó không tủi thân"*, như cô thường nói. Nên chuyện cô thường nhờ Xuân làm chỉ là phụ sao chép sổ sách.

Ông Đốc, sau khi hớp một ngụm trà, cho biết lý do năm nay ông đích thân đến vì nhu cầu giúp đỡ học sinh nhiều hơn mấy năm trước, do còn một số gia đình đồng bào di cư vẫn còn ở tạm trong mấy cái kho trống. Con em họ cần có sự giúp đỡ của bà con trong vùng để tạo điều kiện đến trường học. Năm trước Thanh và gia đình đóng góp 5 phần quà Cây Mùa Xuân. Trong đó có ba gói quà chứa một số tập vở và bút mực đủ dùng trong năm. Đối với các em rơi vào hoàn cảnh khó khăn hơn thì có hai gói quà vải sồ đủ may hai bộ đồng phục quần đùi đen với áo sơ-mi trắng.

Thanh tươi cười trả lời:

- Tưởng chuyện gì chứ chuyện đó mình phải làm chứ đâu có gì ông Đốc ngại. Vậy xin phép ông Đốc cho gia đình tôi năm nay được ủng hộ gấp đôi đi, tức 10 gói quà hết thảy.

- Quý quá, quý quá. Cám ơn cô Út và ông bà quản nhiều lắm.

Ông Đốc cám ơn rối rít, trước khi từ giã, bước ra ngoài thót lên con ngựa già của ông, hì hục đạp cho chiếc xe Mobylette bắt trớn, để tìm tới nhà một '*mạnh thường quân*' khác. Tội nghiệp tuổi ông đã ngoài sáu mươi, còn chạy đôn chạy đáo giữa trời nắng chang chang lo cho '*mấy đứa nhỏ*' của ông. Vậy mới thấy xứ sở chỉ cần hòa bình, không thiếu những tấm lòng xây dựng, những bàn tay đóng góp. Nhưng hòa bình không dễ tìm, khi những biến động chánh trị và xã hội thách thức sự ổn định của miền Nam đã âm ỉ từ lâu và trở nên sôi sục từ buổi đầu.

#

Trong số loạn quân cát cứ lưu lại từ thời chánh quyền thuộc địa Pháp có lực lượng võ trang Bình Xuyên, từng thao túng vùng thủ đô Sài Gòn-Chợ Lớn, kiểm soát các bến tàu, bến xe và nhiều tụ điểm ăn chơi, hút sách khét tiếng, kể cả hai sòng bạc lớn tầm cỡ quốc tế như Kim Chung và Đại Thế Giới. Quân Bình Xuyên trước đây khi thì hợp tác với Pháp, lúc với Việt Minh để chia chác quyền lợi tùy từng giai đoạn tranh chấp. Nay lãnh tụ Bình Xuyên là tướng Lê Văn Viễn, tức Bảy Viễn, đã liên minh với một số đơn vị thuộc lực lượng võ trang của các giáo phái Cao Đài và Hòa Hảo thành lập Mặt Trận Thống Nhất Toàn Lực Quốc Gia, tạo áp lực lên chánh phủ, đòi quyền tham chánh rộng rãi hơn trong nội các mới của Thủ Tướng Ngô Đình Diệm.

Sau khi chánh quyền bác bỏ các yêu sách của Mặt Trận, quân Bình Xuyên bắt đầu động binh, tấn công Bộ Tổng Tham Mưu và dinh Toàn Quyền, sau này là Dinh Độc Lập, trung tâm quyền lực của chánh quyền Việt Nam Cộng Hòa. Đến ngày 27 tháng 3 năm 1955 thì Bình Xuyên tấn công thành Cộng Hòa. Thủ tướng Diệm được bảo vệ bởi mấy tiểu đoàn lính Nùng tinh nhuệ và thân tín, trong khi một tiểu đoàn lính Nhảy Dù thiện chiến mở cuộc phản công, tiến chiếm các cứ điểm của Bình Xuyên trong vùng thủ đô. Trong nỗ lực bình định miền Nam, Thủ Tướng Diệm đã thu phục được một số lực lượng võ trang, và quan trọng hơn hết có lẽ là lực lượng của Thiếu Tướng Trình Minh Thế thuộc giáo phái Cao Đài. Tướng Trình Minh Thế cũng tham gia cuộc hành quân truy nã quân Bình Xuyên ở Khánh Hội, nhưng chẳng may sau khi đẩy lui quân Bình Xuyên qua bên bờ phía Nam cầu Tân Thuận, ông đã bị tử thương tại chân cầu.

Đô thành Sài Gòn thời bấy giờ có một vòng đai an ninh thiên nhiên ở phía Nam, là Kinh Tẻ xuất phát từ sông Sài Gòn, chạy dài hơn 4 cây số từ Đông sang Tây trước khi nhập vào Rạch Bến Nghé trở thành Kinh Đôi, và tiếp tục đổ xuống hướng Tây-Nam ra tận Cần Giuộc. Lực lượng Bình Xuyên đóng rải rác hai bên bờ

Kinh Tẻ và Kinh Đôi từ vùng Khánh Hội ở phía Đông tới Rạch Cát ở hướng Tây. Tuy nhiên chỉ trong ba ngày chủ lực lính Nhảy Dù của quân đội Quốc gia Việt Nam đã đẩy quân Bình Xuyên ra khỏi vùng đô thành, và tiến chiếm cứ điểm quan trọng của Bình Xuyên ở khu lò heo Chánh Hưng bên kia cầu Chữ Y. Đa số quân Bình Xuyên phải rút về Rừng Sát, nhưng vẫn còn một số lực lượng lẻ tẻ ẩn náu rải rác hai bên bờ Kinh Tẻ và Kinh Đôi chờ thời cơ mới. Bốn tháng sau Thủ tướng Ngô Đình Diệm phái Đại tá Dương Văn Minh thuộc Quân đội Quốc Gia Việt Nam phát động Chiến dịch Hoàng Diệu để tiếp tục truy nã phiến quân Bình Xuyên.

#

Tình hình rối rắm bất ổn của miền Nam không ai biết rồi sẽ ngã ngũ ra sao. Nếu phe thân Mỹ thắng thế và ổn định được tình hình, vị thế của các phe cánh cũ thời Pháp trong đó có gia đình Trường khó tránh khỏi bị lung lay. Trước viễn ảnh thời cuộc bấp bênh, Trường quyết định bỏ xứ qua Cambodge lập nghiệp. Bên đó anh có một người chú làm chủ khách sạn tại Nam Vang từ nhiều năm nay. Ngoài ra Trường còn có giao tình với hoàng thân Norodom Sihanouk từ thời còn học chung tại *Collège Chasseloup-Laubat* ở Sài Gòn. Trường nghĩ ông ta từng là một sĩ quan trừ bị trong quân đội Pháp, dù chỉ là một chức vị danh dự nhưng ông đã trải qua một thời gian huấn luyện ở trường Kỵ binh nổi tiếng *Saumur* của Pháp, thì chắc thế nào trong vai trò lãnh đạo xứ Cambodge ông cũng không tránh khỏi nghiêng về phía Pháp hơn Mỹ.

  Trường đang thu dọn hành lý chuẩn bị đi Nam Vang, tình cờ nghe tin chiến sự từ máy thu thanh ở phòng bên cạnh dội vào. Quân Bình Xuyên đã rút về tới khu Bình An kế bên xóm Cây Lý, và quân đội của chánh phủ chuẩn bị truy sát tối nay. Trường giật thót mình, lo cho sự an nguy của Thanh, vội vã lái xe vô xóm Cây Lý báo tin. Xe chạy từ hướng quận Nhứt vào theo đại lộ Trần Hưng Đạo, qua khỏi bót Centrale được hai ngã tư thì đường đã bị chặn, vì cuộc giao tranh ác liệt đang xảy ra giữa quân đội chánh phủ và nhóm đồ đệ trung thành của Bảy Viễn, quyết định ở lại tử thủ bảo vệ sòng bạc Đại Thế giới trong Chợ Lớn. Trường tìm cách đi vòng, tránh vùng giao tranh đang bị phong tỏa. Anh bỏ xe bên đường, chạy bộ xuống hướng Nam. Luồn qua các hẻm nhỏ, Trường ngạc nhiên thấy sinh hoạt còn có vẻ tấp nập hơn bình thường, khác hẳn với bộ mặt vắng lặng, cửa đóng then gài, ngoài đường phố. Trường dò hỏi tìm đường ra Kinh Tàu Hủ. Tới Kinh Tàu Hủ thì trên sông lại vắng lặng khác thường, vì các gia đình sống trên ghe đã chống chèo đi lánh nạn từ mấy bữa trước. May mà gặp hai cha con chủ ghe chài, nhờ làm ăn trúng mối mấy năm nay đã sang một căn nhà ngói làm nhà trên bờ, đang lụi hụi trên bãi cỏ trét chay cho một chiếc xuồng nhỏ của gia đình họ. Trường trổ tài thương thuyết, và được ông chủ đồng ý cho con ông chèo ghe đưa Trường vào xóm Cây Lý với một khoản tiền không nhỏ.

Sau khi ghe chèo vào kinh An Thông Hạ, đến gần cầu Máy Rượu, Trường để ý thấy nhiều đoàn người rời xóm Cây Lý lũ lượt qua cầu, rồi người lớn con nít tụ năm tụ ba ngồi dài trên bãi cỏ dọc theo tường thành Nhà Máy Rượu. Trường nghĩ có thể họ cảm thấy đã đi xa khỏi tầm đạn giao tranh nên dừng chân trú đỡ bên tường. Không còn thì giờ tìm hiểu lý do thật sự, chàng hối hả chạy bộ đến nhà Thanh. Cả gia đình cũng chưa biết phải đi lánh nạn ở đâu. Có ý kiến nên trở lại khu phố lính ở bót Xây-nho trước kia, ít ra cũng còn vài người quen biết có thể nhờ tá túc qua đêm, nhưng Trường cho biết đường sá đã bị chặn ở nhiều ngõ, khó lòng đi đến nơi được.

Trường hỏi lý do vì sao có nhiều người lánh nạn bên ngoài tường rào của hãng rượu, thì được biết người ta tin là ở đó an toàn hơn, vì nghĩ rằng Bình Xuyên sẽ không bao giờ tấn công hãng rượu của người Pháp. Theo lời đồn đãi thì Bình Xuyên được Tây bảo trợ để tạo áp lực lên chánh quyền ông Ngô Đình Diệm trong cuộc tranh giành ảnh hưởng tại Việt Nam với Mỹ. Trường chợt lóe lên một ý nghĩ. Anh từng quen ông '*Sếp Comptable*' (Kế toán trưởng) của nhà máy rượu qua các dịch vụ ngân hàng. Trường đề nghị gia đình

Thanh theo anh qua xin tạm trú trong căn phố của ông *'Sếp Comptable'* nằm bên trong vòng thành nhà máy, lại càng an toàn hơn. Cả gia đình đồng ý, ngoại trừ ông quản Tư khư khư ở lại giữ nhà, lấy cớ ông đã từng quen với tiếng đạn bom. Thanh đành dẫn mẹ và bé Thảo theo chân Trường đi lánh nạn. Anh đưa gia đình qua cầu Máy Rượu, đến trước hai cánh cổng sắt thường được canh gác bởi một người lính Chà Và cao lớn, râu ria rậm rạp che phủ mặt mày bên dưới cái khăn đen quấn trên đầu. Họ là các người Sikhs gốc Ấn Độ, nổi tiếng là những người lính tinh nhuệ và thiện chiến trong quân đội thuộc địa Anh mà nhiều công ty Pháp tuyển chọn qua Việt Nam, làm *gardien* (người gác cổng) bảo vệ các hãng xưởng của người Pháp. Riêng hôm nay như đã dự phóng có biến động, nhà máy đã phái bốn người lính Sikhs trang bị súng trường đứng án ngữ trước cổng. Trường đến xin phép gặp ông Beausoleil. Một người lính Chà bước vào chòi canh, gọi điện thoại. Sau ít phút ông Beausoleil ra tận cổng gặp Trường. Gia đình ông sống trong một căn phố khang trang nằm bên trong khuôn viên nhà máy. Hai người nói chuyện với nhau bằng tiếng Pháp. Ông ta cho biết ông sẵn sàng để gia đình ngủ qua đêm, nhưng trong nhà chỉ có hai cái giường trống đủ cho ba người trong gia đình Thanh. Trường phải ngủ ghế bố đặt ở phía trước hàng ba.

Sau khi mọi người đã đi nghỉ, Trường và Thanh vẫn còn ngồi trước hiên nhà tâm sự. Tiếng *mọc-chê* văng vẳng, liên tục dội về từ chạng vạng tối đã dừng hẳn. Những vệt chấm than lửa đạn xé nát một góc trời cũng đã không còn nữa, nhường chỗ lấp lánh cho những vì sao trời muôn thuở chờ đợi trong bóng đêm, như Trường đã kiên nhẫn chờ đợi Thanh. Đã hai lần anh ngỏ ý tiến tới hôn nhân, nhưng đều thất vọng trước thái độ của Thanh, dù lúc nào cũng trân quý tình bạn giữa hai người, nhưng nàng chưa bao giờ cho phép bản thân thoát khỏi những ràng buộc của bổn phận đối với gia đình mà nàng tự áp đặt lên chính mình. Nhưng đêm nay qua cơ hội gặp Thanh lần này, Trường muốn xác định một lần cuối trước khi rời Việt Nam.

- Thời buổi còn loạn lạc quá em thấy không?

- Dạ, anh nghĩ chừng nào mới yên đây.

- Nếu biết câu trả lời, anh đã không quyết định bỏ xứ ra đi. Nước Mỹ là một cường quốc còn đứng vững sau đệ nhị thế chiến, nếu họ thật lòng giúp chánh phủ thì chắc trước sau gì cũng dẹp yên được đám giặc cỏ như Bình Xuyên. Nhưng câu hỏi là sau đó rồi sẽ ra sao. Kết quả cuộc tổng tuyển cử giữa hai miền Nam-Bắc sắp tới sẽ như thế nào. Bên nào thắng, bên nào thua? Bên thua có tuân thủ luật chơi dân chủ mà buông súng xuống không?

- Tình hình rối rắm quá hả anh. Em không muốn phải chạy giặc một lần nữa đâu.

- Vậy để ba má anh qua hỏi cưới em. Sau đó mình đưa hai bác với bé Thảo cùng qua hết bên Nam Vang sanh sống.

Trường đã tế nhị đề nghị bảo bọc cả gia đình Thanh vì biết rõ bổn phận đối với gia đình là mối quan tâm hàng đầu của nàng. Thanh vẫn không tránh khỏi do dự, dù biết Trường có thừa khả năng thực hiện lời hứa của mình. Nàng nhớ lại hôm đến nhà Trường dự tiệc tiễn hành do gia đình anh tổ chức. Không biết vô tình hay cố ý, Trường đã giở hai va-li hành lý cho Thanh xem chất đầy những xấp bạc giấy '*cent*' (bạc trăm). Ngoài ra Thanh cũng được biết gia đình Trường từng hùn vốn đầu tư với một người chú của anh bên Nam Vang, để kinh doanh khách sạn và mở hãng xuất nhập cảng nông sản. Chợt giọng Trường như hối thúc, kéo Thanh về thực tại.

- Em nghĩ sao?

- Anh biết không, em rất khổ tâm nghĩ tới bao nhiêu lần anh không ngại khó khăn, hay ngay cả nguy hiểm tới tánh mạng để ra tay giúp đỡ em và gia đình. Mà em thật sự chưa làm được việc gì đền đáp...

Trường ngắt lời:

- Đây chính là trở ngại lớn nhứt. Em quá lý trí. Điều anh mong mỏi là em tự hỏi lòng mình, em có thương anh không. Anh chỉ mong đợi điều đó. Anh chỉ chờ đợi câu trả lời từ con tim của em. Anh không bao giờ nghĩ mình là kẻ cho vay đang đi đòi nợ.

- Em xin lỗi anh. Em thật tình xin lỗi anh. Em đã lỡ lời, dù những lời em nói là thật lòng, nhưng lại thốt ra không đúng lúc.

- Người phải xin lỗi chính là anh, đã vô cớ gắt gỏng với em.

- Không, lỗi ở em. Em xin lỗi anh. Em thường tự hào về tánh tình ngay thẳng của mình, nhưng thực sự dường như trong chuyện này em lại cứ tránh né, không dám đối mặt với câu hỏi của anh. Gần đây em mới nhận ra, lý do có thể là vì ... đối với em tình yêu và hôn nhân chỉ là một.

- Ý em là sao? Em không thể tiến tới hôn nhân vì chưa hề yêu anh?

Thanh biết Trường cố tình ép mình nói lên tiếng nói con tim. *'Sao mà điều đó quá khó khăn đối với mình,'* Thanh thầm nghĩ. Nàng thân mật nắm lấy tay Trường thỏ thẻ:

- Anh nên làm luật sư. Giỏi tài hỏi bắt bí người ta.

- Vậy thì thật tình anh không hiểu nổi.

Thanh dõi mắt ra xa, tránh ánh mắt chờ đợi của Trường, thì thầm như tâm sự với chính mình:

- Em không thể nói yêu anh khi nghĩ rằng mình không thể tiến tới hôn nhân được. Anh nghĩ xem, người đời sẽ nói gì về phận gái như em nếu chỉ có người yêu mà không có chồng.

- Té ra là vậy. Nói gần nói xa gì thì lý do cũng vì bổn phận đối với gia đình mà em không dám nghĩ tới hôn nhân. Vậy tương lai em thì sao?

- Tương lai em là Thảo.

Trường khẽ lắc đầu, và do dự đặt vấn đề với Thanh:

- Có nghĩa là em tình nguyện hy sinh thế hệ trung gian.

Câu nói cửa miệng vô tình nhưng giúp Trường nhận chân thực tế phũ phàng. Chữ tình nếu có mà Thanh dành cho chàng dù như hoa thêu trên gấm cũng không thể sánh bằng hai chữ bổn phận truyền thống ghi trên bia, khắc trên đá, in trong lòng người phụ nữ Việt Nam từ muôn thuở, tự muôn đời. Trường ngửa mặt tìm tri kỷ ngoài Dải Ngân hà, lại chìm đắm trong cảm giác lạc lõng giữa muôn vàn tinh tú.

Sáng hôm sau trời quang mây tạnh, tràn ngập ánh nắng ban mai, chói chang trên nền xi-măng trải rộng tưởng chừng vô tận trong khuôn viên bao la của nhà máy rượu. Đoàn người tị nạn lũ lượt ra về. Tiếng súng đã im. Một kỷ nguyên mới bắt đầu. Lành hay dữ.

Tốt hay xấu. Nào ai biết được ngọn gió mới sẽ đẩy con thuyền Việt Nam về đâu.

Chương 8: Ngọn Gió Mới

Từ những tháng cuối năm 1954, chiếu theo Hiệp định Genève, Pháp đã rút quân về phía Nam vĩ tuyến 17, và tới tháng Tư năm 1956 thì vĩnh viễn triệt thoái khỏi Việt Nam. Trong khoảng thời gian này miền Nam trải qua nhiều biến động chánh trị, dẫn tới cuộc Trưng cầu Dân ý năm 1955, truất phế vị vua cuối cùng của đất nước. Trang sử phong kiến được lật qua, kỷ nguyên mới chào đời, một nước Việt Nam Cộng hòa được thành lập. Chánh phủ xúc tiến thực hiện nhiều cải cách xã hội, đặt nặng vấn đề giáo dục và phát triển văn hóa.

Hỗm rày bà quản Tư thường than phiền, mỗi sáng đi chợ bị mấy cô trong Phong trào Chống Nạn Mù Chữ chặn đường, bắt đọc thử các tựa báo cho mấy cô nghe. Bà đọc không trôi, họ khuyên bà mỗi tối đi học lớp tập đọc và tập viết do Phong trào tổ chức. Tối nay, cơm nước xong xuôi, bà lấy tập vở với cây viết chì để trên khạp gạo ra ngồi bên bàn ăn, dưới ánh đèn vàng cặm cụi tập viết. Ở phía trước nhà, ông quản Tư ngồi bên bàn khách đọc báo, theo dõi tiến trình kiến thiết xứ sở của chánh phủ, kể cả các nỗ lực cải cách nền giáo dục do thực dân Pháp để lại. Ông chợt nhớ ra mấy hôm trước, Thanh đến rỉ tai ông, '*Má học đọc thấy cười thấy mồ. Chữ được, chữ không. Chữ nào không biết, má nghiệm một hồi, rồi đọc đại.*' Ông tò mò đến đứng đằng sau lưng bà quản, coi bà đã tiến bộ tới đâu. Ông để ý tới mấy hàng chữ bà tập viết. Lập đi lập lại bốn chữ: '*con tôm, con trp*'. Ông thắc mắc:

- Bà viết cái gì vậy?

- Tui tập viết mấy chữ '*con tôm*', '*con tép*' cho quen tay vậy mà.

- Sao chữ tép nào bà cũng viết '*trp*' hết vậy.

- Chứ hổng phải '*e-rờ pê ép*', thì '*tờ ép tép*' sao?

- Trời ơi, người ta là '*e pê ép*', chứ hổng phải '*e-rờ pê ép*', bà ơi.

- '*E*' với '*e-rờ*' là mấy thứ? Ông sao, hay bắt bẻ tui quá!

Tập viết xong, bà quản xoay qua tập đọc. Ông quản Tư ngồi lóng tai nghe bà quản tập đọc. Bà bắt đầu, '*Nước Việt Nam ta... Nước Việt Nam ta có hai mươi lăm chị đàn bà...*' Ông quản lấy làm lạ, mon men tới coi bà quản đang đọc cái gì. Té ra, chữ trong bài tập đọc là '*Nước Việt Nam ta có hai mươi lăm triệu đồng bào*'. Trong bụng ông quản cười ngã ngửa, nhưng không dám '*bắt bẻ*' bà quản nữa. Ông thầm nghĩ chắc bà chưa biết đánh vần, chỉ nhớ lời thầy giáo giảng bài, rồi cố nhại lại. Khổ nỗi gặp ông thầy người miền Bắc, đọc là '*Hai mươi lăm chiệu đồng bào*', nên mới xảy ra cái cảnh ông nói gà bà tưởng vịt như vậy.

Trong bối cảnh buổi giao thời, khi chữ quốc ngữ đang bắt đầu phổ biến rộng rãi hơn, thay thế cho chữ Nho và chữ Pháp trước đó, các vở kịch sống như vậy có thể dễ dàng mường tượng dựa trên những câu chuyện truyền miệng trong dân gian.

#

Ngay sau khi tình hình miền Nam tạm ổn định, các cơ chế dân chủ nhanh chóng được hình thành và theo đó một Quốc hội Lập hiến được bầu ra. Hiến Pháp đầu tiên được soạn thảo và ban hành. Các cuộc bầu cử dân biểu quốc hội được tổ chức. Dân Sài Gòn nô nức tham gia bầu cử. Trên bình diện cá nhân, giai đoạn này còn để lại nơi Thanh một kỷ niệm sinh hoạt dân chủ khó quên.

Trong niềm phấn khởi đón nhận làn gió mới, Thanh hăm hở theo hai chị bạn con thầy giáo Hòa đến trường tiểu học Lý Thái Tổ, nằm phía sau chợ Bãi Sậy, phụ đếm phiếu sau một ngày bầu cử. Cuộc kiểm phiếu kéo dài quá nửa đêm mới xong, Thanh nài nỉ hai chị bạn đưa cô về tận nhà để giải thích cho ông quản Tư biết lý do cô về trễ. Thanh đã đoán đúng phản ứng của cha mình. Ông đang cầm cây chổi lông gà chờ Thanh ở trước sân nhà. May cho cô nhờ có hai chị bạn hộ tống mà tránh được một bài học vỡ lòng oan uổng về dân chủ.

Để xúc tiến cải cách xã hội, sau hai năm thành lập Quốc hội ban hành Luật Bảo vệ Gia đình, đảm bảo quyền bình đẳng của phụ nữ, chính thức hủy bỏ tục đa thê. Trong xã hội không thiếu gì ông lập '*phòng nhì*' đây đó, nhưng tội hơn hết có lẽ là mấy ông công chức đã '*lỡ dại*', bây giờ lúng ta lúng túng, không biết phải giải quyết ra sao. Bởi vậy các ông không mấy có cảm tình với Phong trào Liên đới Phụ nữ, vận động cho chủ trương nam nữ bình quyền.

Đội Cừ đang ngồi uống cà phê ở quán Xít Tê với vài người bạn thì ông quản Tư đạp xe tới. Đội Cừ trố mắt nhìn ông quản từ trên xuống dưới, nhếch một bên mép lên cười khẩy:

- Cha ông quản bữa nay làm gì đóng nguyên bộ *complet* vậy ta. Còn chơi luôn 'bec *canard deux couleurs*' (ý nói mang giày mỏ vịt hai màu) nữa chứ. Ông Sáu ngồi kế bên gật gù tỏ vẻ hiểu chuyện.

- Ổng đi bỏ phiếu chứ còn đi đâu nữa.

Đội Cừ bâng quơ:

- Không biết ông quản Tư bỏ phiếu cho ai ta?

Ông quản Tư hớp một miếng cà-phê, mỉm cười bí ẩn, quăng nửa con mắt về hướng Đội Cừ ngồi kế bên, tuyên bố:

- Ba mươi lăm.

- Đi bỏ phiếu mà làm gì như đi đánh đề vậy ông.

Thầy giáo Hai cười khẩy như ngộ ra cái ý của ông quản Tư. Vuốt càm, ngửa mặt lên trời nói:

- Ừ... là đề mà cũng không phải đề, ai muốn hiểu sao hiểu. Hay cho câu trả lời của ông quản.

Ông Sáu nhíu mày thắc mắc,

- Tui nghe có ứng cử viên với huy hiệu '*Cái Cày*' chủ trương người cày có ruộng, hay huy hiệu '*Sách Đèn*' kêu gọi xoá nạn mù chữ và khai dân trí, cũng như huy hiệu '*Cái bóng đèn*' tượng trưng cho khai phóng dân tộc, đem ánh sáng văn minh vào nước mình, chứ chưa nghe qua huy hiệu số '*35*' à nha.

Thầy giáo Hai gật gù:

- Mấy anh hổng biết. Ông quản thâm lắm. Thôi để tôi hỏi mấy anh, theo số đề thì '*35*' là con gì?

Ông Tư nhanh nhảu đáp:

- Thì '*35*' là '*con dê*', nhưng đâu có dính dấp gì tới chuyện bầu cử.

- Ừ, vậy mà có đó, mới nói. Thôi để tui hỏi mấy anh luôn, ứng cử viên nào ủng hộ Phong trào Liên đới Phụ nữ Việt Nam.

Ông Tư đập bàn cái rầm, cười ha hả,

- À, thì ra ứng cử viên Nguyễn thị Hồng, với huy hiệu ba chị em mặc áo dài màu lam. Khẩu hiệu là ... là cái gì đây nè.

Thầy giáo Hai nhắc tuồng,

- Bà Hồng thuộc Phong trào Liên đới Phụ nữ. Khẩu hiệu cho mấy chị em trong phong trào là '*Quen biết nhau, học hỏi nhau, khuyến khích nhau, nâng cao tri thức của nhau.*'

Đội Cừ nhìn ông quản Tư lắc đầu thán phục.

- Thì ra là '35' con dê xồm. Vậy là chuyến này ông bỏ phiếu cho bà Hồng phải không. Ông này cũng '*galant*' (ý nói nịnh đầm) hết cỡ ta.

Đội Cừ uống thêm một ngụm cà-phê trước khi tuyên bố, '*Thôi tui thua,*' rồi quay qua ông chủ quán nói, '*Anh Sáu ơi bàn cà-phê bữa nay anh ghi sổ cho tui nha.*' Mấy ông công chức uống cà-phê ở đây đều theo kiểu ghi sổ, uống trước trả sau, chờ tới cuối tháng lãnh lương mới có tiền thanh toán.

Thầy giáo Hai chưa muốn đi vội, chậm rãi thả giọng cầm chưn Đội Cừ.

- Thầy Đội nói vậy cũng tội cho ông quản. Đâu phải cứ bầu cho ứng cử viên phụ nữ là dê xồm. Mình đang sống ở thời đại mới, không còn phong kiến thực dân nữa. Bây giờ là thời dân chủ, thành ra mình đi bầu là chọn người tài đức, có tài kinh bang tế thế, có kế hoạch lo cho người dân được an cư lạc nghiệp, xã hội tiến bộ theo kịp với năm châu. Còn ứng cử viên đó là nam hay nữ thì không thành vấn đề. Đâu hễ phụ nữ thì chỉ có sắc mà không có tài, nên bầu cho phụ nữ là dê xồm, là háo sắc.

- Ừ thì nói cho vui vậy mà. Tính đi rồi, nhưng nghe ông giảng *'moral'* (đạo đức) như vậy, tui cũng muốn hỏi ông cho biết. Theo chỗ tui biết thì mấy bà đòi phụ nữ bình quyền phải không?

- Tôi nghĩ thì tựu trung là như vậy.

- Vậy tui hỏi thiệt mấy ông, nội trong bàn của mình thôi nè, năm anh em đều là công chức ăn lương chánh phủ. Mỗi tháng sau khi lãnh lương về tới nhà mình có nộp hết cho mấy bả hông? Vậy mà mấy bả còn đòi hỏi bình quyền cái gì nữa chứ.

Ông Sáu như được gãi đúng chỗ ngứa, lập tức vuốt đuôi:

- Thầy Đội nói đúng. Bữa nay sẵn vui miệng tui kể mấy ông nghe. Mới tháng trước, bà nhà tui kể lại, trong một buổi mấy bà đánh tứ sắc bên nhà ông huyện

Năm, bả tận mắt thấy ổng xin tiền bà huyện đi uống cà phê. Ổng đi rồi, bà huyện Năm còn khoe với mấy chị em là mỗi tháng ông huyện Năm lương lãnh bao nhiêu đều giao hết cho bả. *Cent pour cent* (trăm phần trăm) nha. Thử nghĩ coi, đường đường một đấng mày râu, mà mỗi ngày phải ngửa tay xin tiền đi uống cà-phê. Thiệt tình!

Đội Cừ ngồi gục gật đầu đắc ý. Chập sau lại lắc đầu than phiền:

- Mà phải chi mấy bà đều giỏi giang như bà Huyện Năm thì nói làm gì. Ở nhà ông huyện Năm có sáu đứa nhỏ mà chuyện trong nhà ngoài ngõ gì cũng do một tay bả lo hết. Từ ngày ổng về hưu, cả ngày chỉ thấy ổng ngồi trên cái ghế bố dựa ở trước hàng ba đọc báo, không thì lang bang qua bên hè nhà ông già Hai ở kế bên đánh cờ tướng. Khỏe ru bà rù. Đáng nói là gặp mấy bà có máu mê cờ bạc, mà cũng có mấy ông chồng nộp mạng cho mấy bả, mới chết chứ. Như chuyện thằng lính *Chà Và* có con vợ Việt ở bên cầu sắt đó, mấy ông có nghe không.

Đội Cừ hớp xong một miếng cà-phê kể tiếp:

- Tháng trước, mới tới giữa tháng mà vợ nó đã thua bài sạch hết tiền chợ cho cả tháng. Nó nổi điên, treo con vợ nó lên sà nhà, lấy dây nịch quất cho một trận cho bỏ cái tật bài bạc.

Thầy giáo Hai chép miệng than:

- Tội cho số phận người phụ nữ. Khi vui thì chồng nó cho tiền, khi buồn nó lôi ra đánh. Bởi vậy mới cần có luật gia đình bảo đảm nam nữ bình quyền, mấy ông thấy không.

Đội Cừ gân cổ cãi:

- Ông nói vậy sao được. Rõ ràng trong chuyện này lỗi là của con vợ. Tui mà gặp phải con vợ như vậy tui giết nó luôn chứ đừng giỡn mặt. Bởi vậy tui thấy ông bà mình nói đúng, dạy vợ thì phải *'dạy từ thuở bơ vơ mới về'*.

Thầy giáo Hai lắc đầu, trầm ngâm.

- Vì những người đàn ông còn nghĩ như vậy mà người ta mới dựng lên phong trào phụ nữ đòi nam nữ bình quyền, các thứ.

Uống một miếng cà-phê, thầy giáo Hai hạ giọng phân trần:

- Dù cho người ta có tội gì thì cũng để luật pháp xử. Đàn ông văn minh không được động tay động chưn với vợ con. Vợ chồng ăn ở với nhau, được thì ở, không thì ly dị theo luật pháp hẳn hòi.

Xoay qua Đội Cừ, thầy giáo Hai tiếp :

- Thử hỏi, còn phần mấy ông chồng đem hết tiền lương đi nhậu hay đánh cá ngựa, bị ngựa đá dài dài mỗi tuần, có bà vợ nào dám đánh mấy ổng không. Có ông mỗi tháng còn phải cung phụng cho *deuxième bureau* của mấy ổng (ám chỉ nhà riêng cho bồ bịch hay vợ bé), ở nhà vợ lớn phải tảo tần buôn thúng bán bưng để nuôi cả bầy con, mà không dám hó hé nửa lời.

Đội Cừ có vẻ ấm ức, nhưng vì đang bận công vụ đành phải từ giã anh em, hẹn bữa sau đấu tiếp. Thầy giáo Hai về tới nhà chỏng cẳng nằm trên ghế bố dựa, mơ màng nghĩ tới một người bạn khố chuối đang ra tranh cử Nghị Viên Hội Đồng Thành Phố. Nghĩ lại phận mình qua mấy năm ẩn dật, mượn cái nghề gõ đầu trẻ mà xem '*thế sự xoay vần*', thầy giáo Hai thấy cảm thông hơn với lão tiều phu trong truyện Lục Vân Tiên của Nguyễn Đình Chiểu, bèn ngâm nga:

Tiều rằng: "Vốn lão tình không,

Một mình ngơ-ngẩn non tòng hôm mai.

Tấm lòng chẳng muốn của ai,

Lánh nơi danh-lợi chông-gai cực lòng.

Kìa non, nọ nước thong-dong,

Trăng thanh gió mát bạn cùng hươu nai.

Công-hầu phú-quí mặc ai,

Lộc rừng gánh vác hai vai tháng ngày."

#

Mấy năm nay thời cuộc có vẻ yên ổn, xã hội an bình hơn, ông quản Tư cảm thấy an tâm và phấn chấn, muốn tổ chức ngày cúng '*Ông*' cho thiệt lớn. Mỗi năm gia đình Thanh có hai ngày giỗ chánh, sau Tết không lâu là giỗ ông nội Thanh, đến tháng Sáu là giỗ bà nội của cô. Ngoài ra còn một buổi lễ cúng '*Ông*' cũng linh đình không kém. Dân trong xóm Cây Lý không ai là không biết tới '*Ông*', một võ quan phò giá Chúa Nguyễn bôn tẩu phương Nam, chẳng may tử trận và được phong thần. Sắc Ông được đem về thờ phụng trong ngôi đình dựng lên trên một cù lao ở giữa Kinh Đôi. Tới nay ít ai còn nhớ '*Ông*' tên gì, nhưng tiếng tăm của đình *Ông* thì lan rộng khắp nơi. Mỗi năm hai lần vào dịp Tết và giỗ *Ông*, đông đảo người đổ xô tới xóm Cây Lý, lấy đò qua đình cúng Ông. Ngay thời còn người Pháp, họ cũng cho phép tổ chức giỗ *Ông* trong khuôn viên sở cảnh sát. Dù mục đích có mờ ám, mị dân, nhưng tổ chức thật trọng thể với đầy đủ nghi lễ, từ lễ rước Sắc Ông bữa sáng, trưa mượn khuôn viên sở *pompier* (sở cứu hỏa) của quận lập đàn cúng tế với thịt xôi đầy đủ, và chiều lại còn dựng sân khấu diễn đủ 3 tuồng hát bội thâu đêm.

Trong nhà ông quản Tư mọi người đang lăng xăng lo giỗ *Ông*. Thằng Ba vừa trải xong cái chiếu bông trên bộ ván chân quỳ ở nhà trước, nghe Thanh gọi:

- Ba Su, rượu của bà Sáu gần hết rồi kìa. Chạy ra quán Xít Tê mua thêm hai chai la-de cho bà Sáu.

Thằng Ba nấn ná trải chiếu thêm hai bộ ván ở nhà sau trước khi đi. Thanh nói với theo,

- Nhớ hai chai '33' có hình trái thơm đàng hoàng nha mậy. Bà Sáu kén lắm đó. hổng phải loại nào cũng nhậu được đâu.

Mấy năm nay vào các dịp giỗ tiệc Thanh thường *'thỉnh'* bà Sáu đến phụ trách món vịt rút xương. Nhà bà bên Bình Tiên, cách xóm Cây Lý ba cái cầu, đi bộ lẹ lắm cũng phải mất gần cả tiếng đồng hồ, nhưng tài nấu ăn của bà được đồn xa tới tai Thanh. Trong khi nấu nướng bà Sáu cần lai rai ba sợi để đãi tổ hay được tổ đãi gì đó. Lần này bà đến nhà Thanh thấy có gương mặt lạ nên hỏi:

- Thằng Ba nào vậy, sao hồi nào giờ tui hổng thấy nó.

'Nó là cháu ở dưới xứ, ba tôi mới đem nó lên đây mấy tháng nay' Thanh giải thích. Bà Sáu vẫn còn thắc mắc:

- Nó tên *'Ba Su'* hả, sao nghe lạ vậy.

Cả nhà cười ầm lên. Bà quản Tư đính chánh,

- Thằng nhỏ tên Phúc, chị Sáu ơi. Mấy đứa trong nhà thấy nó hiền, cứ theo chọc ghẹo, đặt tên bậy bạ cho con người ta.

Thím Bảy đang bầm tỏi ớt kế bên không thể nhịn được, phải xen vào kể hết đầu đuôi ngọn ngành:

- Bà Sáu biết hôn, chuyện là vầy nè...

Thím Bảy nổi tiếng là khi bầm tỏi, bầm ớt không bị chảy nước mắt, nên cứ bị giao cho cái '*nghề*' bầm tỏi ớt vào mỗi dịp giỗ tiệc. Thím vừa nhịp con dao phai thình thịch trên thớt ớt đỏ au, vừa cố nhịn cười để kể đầu đuôi sự tích của cái tên '*Ba Su*' cho bà Sáu nghe.

- Lúc thằng Ba mới tới, ông quản xin cho nó vô làm phụ thợ tiện bên hãng rượu. Cuối tuần đầu lãnh lương xong nó chạy thẳng ra chợ mua hai trái cóc để ăn. Số là mấy bữa trước bà quản đi chợ thấy có cóc ngon, nên mua về cho mấy đứa nhỏ ăn. Thằng Ba hồi nào giờ chưa ăn trái cóc qua, nó thấy sao ngon quá, nên để bụng chờ có dịp mua ăn cho đã...

- Cha, có ba đồng tiền rủng rỉnh rồi đó hén?

- Ờ thì nó muốn ăn gì nó ăn, ai cấm cản gì nó. Ngặt một nỗi là khi về tới nhà nó chê thậm tệ. Nó nói với bà quản: '*Sao cóc bữa trước thím Tư mua ăn ngon quá. Bữa nay con mua hai trái ăn chát ngắt.*'

- Ủa sao lạ vậy, bà Sáu hỏi.

Thím Bảy giải thích,

- Bà quản thấy nó còn cầm cái bịch giấy trong tay, kêu nó mở ra coi. Té ra là hai trái su. Mỗi trái nó đều cắn thử một miếng rồi bỏ.

Bà Sáu chợt hiểu,

- Té ra thằng Ba ăn trái su mà tưởng trái cóc. Bởi vậy trong nhà kêu nó là thằng Ba Su.

Hớp một miếng bia, bà Sáu tiếp,

- Thằng này mà sai nó đi mua rượu cúng Tổ nấu ăn, sợ Tổ quở tới tui luôn.

Tối lại, bột bánh xèo dư từ bữa sáng được pha thêm nước cốt dừa, để làm một bữa tiệc bánh xèo ngọt đột xuất. Cả nhà xúm xít bắc ghế ra sân sau ngồi ăn bánh xèo ngọt, cười nói thoải mái cho quên một ngày bận bịu dưới sức ép phải chu toàn mọi việc thật hoàn hảo, phải nấu cho ngon, tiếp khách cho chu đáo, vân vân. Chuyện trò trăm thứ. Chuyện nọ sọ chuyện kia, nhưng gần như truyền thống mỗi khi có người dưới xứ tới thì trong các dịp quây quần vui vẻ như vậy đều có màn chơi câu đố. Thường chỉ là các câu đố phổ thông trong dân gian, lập đi lập lại mỗi năm nhưng vẫn thấy thú vị. Hễ đố con tôm thì có câu, 'Đầu khóm trúc, lưng khúc rồng, sinh bạch tử hồng, là cái chi chi;' còn đố cây tre thì có: 'Ông già ổng mất đã lâu; Con mắt trao tráo hàm râu vẫn còn, là cái gì.' Năm nay có Ba Su tánh ít nói, mấy đứa nhỏ bu theo nó, đứa đốc thúc, đứa nài nỉ nó góp vui nhưng nó cứ thoái thác. Sau cùng thì Ba Su cũng đồng ý. Mà hễ không nói thì thôi, một khi đã mở máy là nó sổ nguyên '*rafale*' (nói một tràng như súng liên thanh nhả đạn):

'*Tàng huê lượt nằm trên mặt nước.*

Táng thê lương kẻ nhớ người thương.

Cha mẹ nàng thác xuống âm dương.

Sanh con cháu xuất gia đầu Phật.

Là cái chi chi.'

Bà con giật mình, sau khi hoàn hồn ôm bụng cười rũ rượi, phục Ba Su sát đất, dù không biết chắc nó nói giống gì. Hình như câu đố của nó là như vậy, và lời đáp là '*Cây Sen*'.

Hết trò chơi câu đố, bà con chĩa mũi dùi qua Chú Bảy của Thanh. Thanh nhìn chú hỏi:

- Chú Bảy tính chừng nào cắt cái '*chignon*' (búi tóc) vậy?

Chú Bảy cúi đầu không nói gì. Như nhiều người đàn ông ở vùng quê, chú Bảy vẫn còn để tóc dài, rồi buộc lại thành một búi tóc nhỏ ở sau ót. Thằng Ba Su con của chú được ông quản Tư dẫn lên Sài Gòn học nghề mấy tháng nay, quay sang nói:

- Ở trên này con hổng thấy ai để '*củ tỏi*' hết ba ơi.

Chú Bảy tằng hắng một tiếng, thằng Ba Su cúi đầu bên lên. Ít ai nghe cha con chú nói chuyện với nhau, ngoài các tiếng tằng hắng kiểu như vậy. Cái giọng phát ra từ cổ họng đó của chú Bảy có nhiều âm tầng mà hình như chỉ có Ba Su mới hiểu rõ. Mỗi băng tầng mang một ý nghĩa khác nhau. Tỉ như, '*Đừng đụng tay vào cái bình cổ hay một món đồ quý chưng trong nhà*'; hay '*Gặp người lớn sao không khoanh tay chào*'. Trong trường hợp này ý nghĩa của tiếng tằng hắng dường như là, '*Chỗ người lớn nói chuyện, không được xen vào.*' Hồi sáng này trong một buổi chụp hình gia đình, thằng Ba Su cũng bị một tiếng tằng hắng thuộc băng tầng giận dữ hơn, vì một lời phát biểu vô tư của nó. Nó đứng phía sau lưng ông thợ chụp hình, nghe ông ta hướng dẫn cách đứng và hướng nhìn cho mọi người, thằng Ba Su chợt la lớn phụ họa, '*Tía ơi, ổng kêu tía đừng nhóc nhóc cái mỏ lên.*'

Ba Su kém may mắn, sanh ra và lớn lên trong môi trường thiếu điều kiện học hỏi, nhưng tư chất lại rất thông minh. Sau này khi Ba Su học thêm nghề thợ máy, thì chỉ cần hơn một năm sửa máy xe hơi, nó đã được một người bạn của ông quản Tư thấy giỏi, giới thiệu vào làm phụ thợ tại hãng xe Volkswagen trên đường Nguyễn Huệ. Thêm một thời gian ngắn vừa học chữ vừa học nghề, nó được gởi qua Đức huấn luyện thêm, và trở về làm sếp thợ máy. Kỹ sư Đức rất thán phục óc sáng tạo của Ba Su. Mỗi khi xưởng xe gặp phải các trường hợp rắc rối, vì một chuyến tàu chở phụ tùng từ Âu Châu qua trễ chẳng hạn, chuyên viên Đức phải bó tay, nhưng Ba Su thì không. Thường nó có thể chế biến ra một bộ phận thay thế tạm, cho xe chạy đỡ trong thời gian chờ đợi phụ tùng chánh hiệu tới.

#

Lâu lắm rồi bốn chị em mới có dịp gặp nhau nhân ngày cúng 'Ông' tại nhà Thanh. Đã không gặp thì thôi, gặp rồi thì không ai muốn về. Chưa nói lời chia tay Loan đã lên tiếng rủ rê:

- Ê, cuối tuần mình đi Hội Chợ Thị Nghè nha mấy bà.

Thanh thoái thác:

- Lúc này bận lo cho bé Thảo. Tội nghiệp cô nường năm nay phải gạo bài dữ lắm, chuẩn bị thi vô Gia Long.

- Lạ không, nó thi chứ bộ bà thi sao, Loan nói.

Dung ở gần nhà Thanh, qua lại thường xuyên hơn, nhìn nàng với ánh mắt cảm thông.

- Bả mà thi được chắc bả cũng thi luôn. Tội bả, chăm sóc cho bé Thảo kỹ lắm. Cháu nó bị bịnh suyễn từ nhỏ. Nhà thương Grall còn bó tay. Bả xoay hết thuốc Tây tới thuốc Ta, ai bày thứ gì cũng ráng làm cho con thử. Cả tháng nay tuần nào bả cũng làm gà hầm vỏ bưởi cho nó ăn.

Loan nhíu mày hỏi,

- Món gì lạ vậy?

- Bài thuốc Nam đó chứ món gì. Chưa chắc bà ăn nổi. Nguyên một con gà át dồn trong trái bưởi đã rút ruột rồi đem chưng cả ngày. Nó đắng tới độ con Thảo sợ luôn.

- Tao đâu có biết nó cực vậy, Mỹ Lệ nói.

Loan đề nghị:

- Thì đem bé Thảo theo cho nó chơi. Ra ngoài có gió có máy còn tốt hơn ru rú trong nhà học hoài... Tui cũng đem hai đứa nhỏ ở bển theo chứ bộ.

Thanh do dự:

- Chỗ đó đông người, chen lấn dữ lắm sợ mình lo không xuể. Sợ lúc ham vui bỏ mấy đứa nhỏ đi lạc. Chắc phải đi theo tụi nó luôn. Làm sao dám về nhà, bà biết tánh ba tôi mà.

- Thiệt tình tôi sợ bà luôn, lâu lâu có dịp để ra ngoài chơi một chút mà bà nghĩ đâu đâu. Được rồi, để tôi kêu con nhỏ giúp việc của tôi theo coi chừng ba đứa nhỏ luôn. Chịu chưa chị Hai cả của tui.

Loan cố tình nhấn mạnh hai tiếng '*Chị Hai*' và nháy mắt với Mỹ Lệ. Thanh ngượng ngùng cúi đầu, biết Loan ngụ ý ghép mình với anh Hai của cô ta. Mỹ Lệ hiểu ý Loan, đốc thúc thêm:

- Còn e lệ gì nữa, mấy thuở mình có dịp được đi chơi chung. Nói thiệt, già rồi mà nghĩ tới chuyện cả đám xách nhau đi rong đi ruổi như hồi xưa cũng còn thấy ham.

Loan ngắt lời,

- Bà nói ai già, hổng có tui à nha.

Mỹ Lệ bất chợt giương tròn mắt, lên giọng:

- Tôi nhớ ra rồi, bà phải đi mới được. Cho người ta có dịp khai trương máy chụp hình mới chứ.

Loan nhanh nhẩu đáp:

- Ừ, phải há, mình đi chụp hình luôn.

Quay sang Thanh, Loan nài nỉ:

- Bà thích chụp hình nhứt mà, còn làm bộ nữa.

Vừa lúc đó Chuột mang thức uống đến bày trên bàn. Ba ly nước dừa Xiêm, cây nhà lá vườn.

- Mời cô Út uống nước. Mời mấy cô ...

Thanh ngắt lời:

- Sáu ơi, em muốn đi hội chợ không? Để chị dẫn em theo, coi chừng Thảo phụ chị luôn.

'*Dạ cám ơn Cô,*' Chuột hớn hở nhận lời.

Mỹ Lệ reo mừng,

- Vậy là bà chịu đi rồi há.

Loan phân vân,

- Nó con ai vậy.

- Em nó ở trong xóm. Mỗi lần trong nhà có chuyện lặt vặt, mình kêu nó tới phụ.

Thấy Loan đăm chiêu có vẻ còn thắc mắc điều gì về Chuột, Thanh nói thêm cho Loan yên tâm:

- Nó làm việc gì cũng cẩn thận đàng hoàng, đáng tin cậy lắm. Tui coi nó như em trong nhà vậy.

- Nó có áo dài không, Loan hỏi.

- Chắc không. Tối ngày làm công làm mướn cho người ta, mặc áo dài cho ai coi.

- Vậy hổng được đâu. Bà cũng thiệt tình.... Nó đi chung với mình ra đường mà mặc áo bà ba coi sao được, Loan trách Thanh.

Nếu gặp một người nào khác thốt lên lời lẽ tương tự, chắc Thanh sẽ giận lắm. Ở đây Thanh lại lớn lên từ nhỏ với Loan, nên nàng có cái nhìn khoan dung hơn về cô bạn thân nhất đời của mình. Mỗi lần như vậy, Thanh đều nghĩ đến bà Đốc Phủ Sứ mẹ của Loan người dạy Loan tam tòng tứ đức, và coi như Loan là con gái một trong gia đình phải nối tiếp thế hệ của bà mà gìn vàng giữ ngọc cái mẫu mực phụ nữ giàu sang quyền quý mà bà học được từ bà ngoại Loan, kể cả những tì vết khó tránh trong những viên ngọc quý đó. Thanh nhìn Loan nhẹ giọng nói:

- Thời nào rồi mà tánh bà còn thủ cựu quá. Con nhỏ theo giữ em, để nó mặc bà ba cho gọn.

- Má tôi biết được bả la chết.

Thanh gật đầu thông cảm, tội cho bạn vẫn chưa thoát khỏi thứ khuôn vàng thước ngọc định chế với ít nhiều trái khoáy làm cản trở bước tiến xã hội. Cuối tuần, dù rất bận rộn, Thanh vẫn ráng nhín ra chút thời gian ngồi sửa lại cái áo dài của mình cho Chuột mặc.

#

Ông quản Tư rất quý '*cái tủ radio*' mà ông mua lại với giá rẻ từ một người lính Pháp có vợ Việt, trước khi hai vợ chồng họ cùng đứa con trai nhỏ phải rời Việt Nam sau hiệp định Genève. Ông gọi nó là '*tủ radio*' vì cái radio được đặt trên một cái tủ đánh *vernis* màu vàng cao cả thước dùng để đựng máy hát đĩa và đĩa nhạc ở phía bên dưới. Hơn chục năm nay nó ngồi chễm chệ ở phòng khách, dưới cái đồng hồ quả lắc để bầu bạn với ông. Bà quản Tư thường than phiền, *"Tối ngày ổng cứ ngồi ôm cái radio hè."*

Mà ổng ôm thiệt. Mỗi lần có *tuy-dô* rục rịch đảo chánh ông quản Tư bắc ghế ngồi hàng giờ ngay trước cái tủ radio để đón nghe tin tức, khi thì có vẻ lo âu, sốt ruột, đứng ngồi không yên, khi thì buồn bã, có lúc khác lại hứng tình đứng bật dậy ôm cái tủ radio ra điệu nhảy đầm với nó, mấy phần là theo lệnh của thần Lưu Linh. Một lần tình cờ trong khoảnh khắc đó bà Tư cầm chổi quét nhà đi ngang, ông ôm chầm lấy bà để thay *partenaire* (bạn nhảy). Bà quản Tư ngượng ngùng vùng ra khỏi vòng tay của ông, miệng quở, *"Ông này thiệt à, bữa nay mắc chứng gì vậy hổng biết,"* rồi bèn lẽn bỏ ra nhà sau. Thanh lại lo cho ông bị công an bắt, dù là ông từng làm quản cảnh sát dưới hai trào, trước là Pháp và sau là Việt Nam Cộng Hòa, nhưng chuyện thay ngôi đổi chủ mấy lúc sau này xảy ra như cơm bữa, không biết đâu mà lường. Vả lại, mới đây con gái của thầy giáo Tám đã theo lời dặn của mẹ đi thông báo cho các bạn nhậu của ba cô, trong đó có ông quản Tư, biết là ba cô đã bị công an bắt. Ông quản Tư vội vã đem hết sách báo cất trong tủ thờ xưa nay ra bỏ vô một thùng phuy để gần chuồng gà ở phía sau nhà mà đốt. Chỉ vì trong đó có vài quyển sách báo với các bài bình luận chánh trị mà thầy giáo Tám kêu ông giữ để đọc, và qua lâu ngày ông không còn phân biệt được với những sách báo vô tội vạ khác. Thằng Ngon con một người bạn chăn trâu của ông quản Tư từ thuở ở Cai Lậy, được ông nhận làm con nuôi sau khi ba nó chết trận trong cuộc kháng chiến chống Pháp, chỉ biết ngồi ôm mặt khóc. Bao nhiêu quyển sách và tạp chí quý mà nó khổ công cất giữ nhiều năm trời đã bị thiêu rụi. Mỗi lần nhắc lại nó vẫn còn thấy tiếc hùi hụi cho bộ truyện *Đảng Sợ Người*. Nó thích nhứt là cách thức thông tin của đảng này, qua các dòng chữ chiếu lên vòm trời Sài Gòn phía bên trên chợ Bến Thành bằng tia *laser*. Những lúc như vậy xe cộ ngừng lại, người người trố mắt nhìn lên trời hồi hộp theo dõi thông báo về những bước trừ gian diệt bạo sắp tới của *Đảng Sợ Người*.

Trong mấy năm qua mỗi tuần ông quản Tư đều đón nghe chương trình xổ số, để được nghe bài hát *Xổ Số Kiến Thiết Quốc Gia* của 'Quái Kiệt' Trần Văn Trạch từ cái radio của ông. Mỗi lần thích chí ông vặn nút âm thanh lớn lên, càng thích ông càng vặn lên cao hơn để chia sẻ niềm vui của mình với chòm xóm:

"Kiến thiết quốc gia

Giúp đồng bào ta

Xây đắp muôn người

Được nên cửa nhà

...

Triệu phú đến nơi

Năm mười đồng thôi

Mua lấy xe nhà

Giàu sang mấy hồi..."

Ông quản Tư còn mê cái tài giễu của ông Trần Văn Trạch hơn, đặc biệt là khi được nghe màn trình diễn bài *Chuyến Xe Lửa Mùng 5*, trong đó có cảnh tượng ông đang ngồi trên xe lửa đi đường xa, cố giết thời gian bằng cách đếm các cột đèn đường đang vụt qua bên ngoài cửa sổ. Tình cờ gặp phải một ông hành khách ngồi kế bên, cứ hỏi hết chuyện này tới chuyện khác, nên ông Trạch phải làm một lúc hai công việc, vừa trả lời người đồng hành vừa tiếp tục đếm cột đèn. Ai nghe cũng phải bật cười. Không chỉ vậy, ông Trạch còn cống hiến cho thính giả ngồi nhà một quang cảnh sống động tại nhà ga bằng cách nhại tiếng máy xe xình xịch lúc khởi động, rồi hồi còi hú, tới lúc xe lửa bắt đầu lăn bánh cà rịch cà tang, kể cả sau khi mấy toa xe bắt trớn di chuyển rầm rầm trên đường sắt. Ông quản Tư ngồi một mình trước cái radio của ông toe toét cười.

Ông quản Tư cũng mê đá banh và không bỏ qua một dịp nào để nghe ký giả thể thao Huyền Vũ tường thuật các trận đấu từ sân vận động Cộng Hòa hay Tao Đàn, một cách hết sức sôi động và hấp dẫn. Ông quản luôn vặn âm thanh cái radio của ông lớn lên cho cả xóm nghe chung. '*Nghe một mình không đã*', ông nói. Bà con mê man theo dõi Huyền Vũ, lắng tai nghe ông thuật lại từng cú vẽ banh, từng đường đưa banh, khi nhanh khi chậm, họ đều có thể thấy được qua chữ nghĩa và lối tường thuật độc đáo của ông. Huyền Vũ tạo sự hồi hộp cho người nghe với những đường banh '*thọc sâu vào vùng cấm địa,*' khi thì từ cánh phải lúc từ cánh trái; ông tạo bất ngờ với '*những cú sút thần tốc*' đôi khi '*phá tung khuôn thành*', nhưng thường hơn là lần banh '*vượt sà ngang trong gang tấc*' để lại những tiếng xuýt xoa tặc lưỡi đồng loạt giữa những người đang theo dõi ông. Nếu sau nhiều phút giao đấu mà đôi bên vẫn chưa làm bàn, Huyền Vũ còn ân cần nhắc cho người nghe an tâm: '*Màn lưới đôi bên vẫn còn trinh bạch*'. Một tài năng khác của Huyền Vũ mà người hâm mộ thường nhắc tới là không biết làm sao ông có thể nhớ hết tên các cầu thủ ngoại quốc, từ Nam Dương, Mã Lai tới Thái Lan. Những cái tên cầu thủ dài thoòng, lạ tai, mà ông kể lại vanh vách, không vấp váp.

Ông quản Tư tuổi đã cao, mà thường thì tuổi càng lớn lòng mong đợi Tết càng giảm đi, sức quyến rũ của Tết không còn như trước. May mắn cho ông, trong mấy năm gần đây ông tìm lại được cái rộn rã trong lòng khi chờ đón Tết. Ông thấy chậu mai vàng trên bàn thờ tươi tắn hơn, và tiếng trống múa lân cùng tiếng pháo tạch đùng cũng vui tai hơn. Tất cả cũng nhờ có sự ra đời của *'ban nhạc tếu'* AVT, theo cách gọi của con nuôi ông. Một thú vui lớn trong ngày Tết của ông quản Tư trong những năm sau này là mở radio lên nghe Ban Kích động Nhạc AVT[1] ca các bản nhạc trào phúng với lời lẽ châm biếm, qua 3 giọng Nam Trung Bắc, tung hứng đối đáp bén nhạy, dí dỏm, làm người nghe khó tánh nhất cũng phải nở miệng cười tươi, và còn trở nên ghiền đến độ nghe đi, nghe lại vẫn thấy vui...

"Lắng lặng mà nghe họ chúc (ứ ư) nhau

Chúc nhau mạnh mẽ khoẻ như trâu

Chúc nhau tiền của giàu như nước (ớ ơ ờ)

Chúc đẻ vừa xong...lại có...lại có bầu..."

Cả nhà đều thích nghe ban AVT chứ không riêng ông quản Tư, tuy nhiên Thanh có khi tỏ vẻ sượng sùng, bẽn lẽn với những lời ca có thể chạm trúng tim đen của mấy cô gái ở tuổi cặp kê, hay những lời lẽ gần xa chọc quê thể lực mấy ông tuổi đã về già. Riêng đối với Bà quản Tư thì không có chương trình tân nhạc nào mà bà thích, ngoại trừ chương trình của ban AVT. Tuy nhiên bà cũng có nhận xét: *'Cái ông người Bắc với ông người Việt nghe vui, còn ông người Trung thiệt tui hổng biết ổng nói cái giống gì.'* Ông quản Tư lại cằn nhằn, *'Tui nói với bà hoài, người Bắc, người Trung, người Nam gì cũng đều là người Việt. Mình sống trong Nam thì mình là người Nam.'*

Ngoài ra ông quản Tư không thích nghe gì khác trên cái radio yêu quý của ông. Tân nhạc thì ông chê tên ca sĩ giống tên ngựa đua, dù hai chuyện không dính dấp gì tới nhau. Bởi vậy ông cứ bị bà Tư chê '*Ông này hủ lậu quá.*' Cải lương hay vọng cổ ông cũng chê là tình cảm ủy mị. Đối với chương trình ngâm thơ trong chương trình Thi văn Tao Đàn của Đinh Hùng, với '*Tiếng Sáo Thần*' réo rắt độc đáo của Nguyễn Đình Nghĩa, thì chỉ có Thanh là mê thôi. Mỗi tuần cô đều đợi tới tối Thứ Bảy để nghe, nhưng riêng ông quản Tư cứ thắc mắc '*Nó nói cái giống gì sao tao nghe hổng hiểu vậy.*' Nghe quen quen! Thanh bèn mua cái *radio transistor* của Nhựt, nhỏ bằng bàn tay để được thoải mái nghe ca sĩ Hoàng Oanh ngâm thơ, khỏi bị ai quấy rầy.

Còn bà quản Tư thì ... bà mê cải lương lắm. Mỗi ngày bà trông đứng trông ngồi cho chiếc xe quảng cáo tuồng chạy ngang qua trước cửa nhà, để coi tối đó hát tuồng gì. Xe quảng cáo thật ra là cái xe cá, giống như một chiếc xe ngựa không mui. Buổi sáng nó chở cá cho bạn hàng đem ra chợ bán. Tới xế trưa nó chở một cái trống múa lân ở giữa, có người động đùng đùng đi khắp đầu trên xóm dưới, báo tin tuồng mới qua các tấm bảng quảng cáo chương trình tấn hai bên thành xe, vẽ hình đào kép lộng lẫy với một kích thước thiếu điều lớn hơn người thiệt ngoài đời. Dạo này bà quản Tư coi bộ ưng ý với Hương Lan lắm, cứ khen lấy khen để: '*Con nhỏ* con của Hữu Phước mới có 5 tuổi mà sao nó giỏi quá bây ơi.'

Thằng Ngon thì thích tân nhạc hơn, nhưng thứ tân nhạc của nó cứ bị bạn bè chê '*cù lần*', có đứa miệng lưỡi hơn còn chêm thêm một tiếng hậu, trở thành '*cù lần lửa*.' Tại vì trong những lúc cao hứng Ngon chỉ ca sang sảng mấy bài nhạc mà nó học được từ trên sân cỏ trường tiểu học Lý Thái Tổ, với ông thầy thể dục mà học trò kêu là '*thầy tập*' (Moniteur). '*Thầy tập*' đứng giữa sân trường đeo tu-huýt lủng lẳng trước ngực, miệng đếm, '*Một, hai, ba, bốn*' ... '*Một, hai, ba...*' ...'*Một, hai...Một, hai.*' Học trò vừa chạy vòng quanh sân cỏ vừa lớn tiếng hát:

"Đây Bạch Đằng Giang sông hùng dũng

của nòi giống Tiên Rồng,

Giống Lạc Hồng, giống anh hùng, Nam Bắc Trung....

... Dòng nước trắng xóa dưới trời quang đãng.

Từ xưa nêu cao tấm gương anh hùng

Dù có sấm sét bão bùng mưa nắng

Đằng Giang vẫn sáng để cho nòi giống soi chung."

Hát tới đâu nghe nổi da gà tới đó. Đó là bài Bạch Đằng Giang[2]. Một bài hát khác là Khỏe Vì Nước[3]:

"*Khỏe vì nước kiến thiết Quốc Gia.*

Đoàn thanh niên ta góp tài ba.

Tạo nguồn dân sinh mới hùng mạnh trong năm giới.

Hợp lực xây hưng thịnh chung nước Nam.

Khỏe vì nước chí khí cương kiên.

Giống Lạc Hồng uy hùng vô biên.

Trong khốn nguy can trường sống thác ta coi thường

Việt Nam thanh niên anh dũng muôn năm."

Thằng Ngon không bị *chọc quê* sao được, xã hội đã thái bình, bây giờ là thời đại của trăm hoa đua nở, đón mừng vận hội mới. Người ta đã bước vào thời đại của '*Trời hồng hồng, sáng trong trong*'[4], của '*Mỗi năm đến hè lòng man mác buồn.*'[5], của '*Ngày xuân nâng chén ta chúc nơi nơi.*'[6], hay của "*Ngày hôm nay thanh thanh, gió đưa cành mơn man tà áo...*'[7] với không ít bài hát đã trở thành một thứ lễ nhạc không thể thiếu ở những buổi tiệc tất niên, buổi họp mặt đầu năm của học trò hay những dịp cưới hỏi trong dân gian.

Tiếc thay những ngày an bình sớm qua nhanh. Cuộc chiến bắt đầu leo thang từ lần đầu lính Mỹ đổ bộ lên Đà Nẵng vào giữa thập niên 60, và chiến tranh ngày càng trở nên khốc liệt. Dù chỉ xảy ra ở những nơi xa xăm với các địa danh xa lạ lúc ban đầu, nhưng trong các xóm nghèo giữa chốn thị thành người ta cũng có thể thấy được, nghe được, qua hình ảnh một cỗ xe tang giữa ban ngày hay tiếng mõ cầu siêu khốc khốc thâu đêm. Dần dà tiếng mõ không còn là các âm thanh đơn điệu, có thể lôi cuốn người nghe về một hướng xuất phát để bùi ngùi cho thân phận một người quen biết ở lại, có thể là một bà mẹ già, hay một người vợ trẻ cùng mấy đứa con thơ. Mà giờ đây nhiều tiếng mõ nổi lên cùng một lúc, từ nhiều nơi, trở nên dồn dập, từ đầu trên tới xóm dưới.

Ngày mai Án, chồng Dung, được về phép ăn Tết với gia đình. Năm ngoái sau khi tốt nghiệp trường Sĩ Quan Trừ Bị Thủ Đức, Án nhận sự vụ lịnh bổ nhiệm ra thẳng tuyến đầu Quảng Trị thuộc Vùng 1 chiến thuật cho tới nay. Bác Tư ba của Án cứ đinh ninh là Án bị đày vì có người anh tập kết ra Bắc. Kỳ thật thì nghe đâu vì chánh phủ muốn tránh cảnh anh em một nhà phải đụng độ trên chiến trường, nên thường gởi tân binh ra các vùng ở cách xa nguyên quán của họ. Ba của Án cũng thường than thở với họ hàng là Án có số cực. Mặc dầu là đứa con học giỏi nhứt trong gia đình, nhưng lại cứ lận đận. Sau khi đậu tú tài Pháp, được cấp học bổng qua Pháp để học ngành kỹ sư canh nông. *Valise* đã mua, quần áo đã sắm, chỉ chờ ngày lên đường. Đột ngột bộ Quốc Gia Giáo Dục thông báo hai học bổng đi Pháp được thay thế bằng học bổng đi Mỹ. Thời thế đã đổi thay, thế lực của Mỹ tại Việt Nam ngày càng mạnh, soi mòn dần chút ảnh hưởng còn lại của Pháp dù chánh quyền ở Điện Élysée vẫn không ngừng tìm mọi giải pháp bám víu vào thuộc địa cũ của mình. Câu hỏi đặt ra trong gia đình Án là anh nên nhận học bổng du học Mỹ không. Họ hàng người bàn ra kẻ tán vào, và sau cùng Án từ chối không đi Mỹ vì ngại nạn kỳ thị chủng tộc trong xã hội Hoa Kỳ. Đó là lý do thường được nhắc đến, còn chăng lý do thực sự vì áp lực của vài thành viên trong gia đình có khuynh hướng chánh trị thiên về miền Bắc thì không ai muốn nhắc tới, tránh cãi vã làm mất hòa khí trong họ hàng. Vậy là Án ở lại nhà, thi vào Trường Quốc Gia Sư Phạm tại Sài Gòn. Ra trường anh được bổ nhiệm về dạy Pháp văn tại trường trung học Thoại Ngọc Hầu gần cầu Hoàng Diệu nối hai bờ Rạch Long Xuyên, nơi miền quê ngoại của Dung. Trước đó vì hoàn cảnh gia đình trên Sài Gòn ngày càng sa sút, mẹ Dung đưa cả nhà về đây, mở một quán ăn nhỏ bên chân cầu. Giáo sư độc thân mang tên Án là một thực khách trung thành, mỗi chiều đều đặn đến. Ăn xong còn được cô chủ quán tiễn một đoạn đường trên cây cầu mang tên Ô thước trong quyển nhựt ký tình yêu của hai người.

Ăn xong ba hột cơm trưa, Dung bắc chảo lên chuẩn bị sên mãng cầu làm mứt. Cả tuần nay đi chợ nàng đã để ý tìm mua hai trái mãng cầu Xiêm vừa ý, tới hôm qua mới chọn được hai trái da căng láng lức lại ít gai, dấu hiệu bên trong có múi bự lại dai, làm mứt rất ngon. Dung cẩn thận không thêm quá nhiều đường, vì biết Án thích ăn chua. Dung dùng chảo lớn nhứt trong nhà để sên nhưng vẫn thấy còn hơi nhỏ vì thịt mãng cầu quá nhiều. Dù biết trước điều này nhưng Dung nghĩ cần làm dư một chút để Án còn chia với anh em đồng đội. 'Mình ăn một mình, để mấy anh em nhịn coi kỳ' Dung vẫn còn nhớ lời Án nói ở quân trường khi Dung đến thăm đem theo mấy miếng mủ trôm cho Án để dành ngâm nước uống cho mát. Sên xong Dung để mứt sệt vào mâm đem phơi nắng cho dai, trước khi tự tay gói từng múi mãng cầu vào giấy kiếng rồi chăm chút xếp thành từng vòng tròn trong ve keo.

Bà con tề tựu đông đủ quanh bàn ăn, xúm nhau hỏi thăm Án về những gì đã xảy ra lúc xa nhà. 'Út nhỏ', đứa em mười lăm tuổi của Án, chờ nãy giờ mới có dịp hỏi anh:

- Anh ơi, đi máy bay ra sao?

'Út lớn' anh của nó trách:

- Vậy mà cũng hỏi. Thì đi máy bay, bay lên trời chứ sao.

Án thấy thương hai em. Nét ngây thơ, đơn giản của chúng nhắc Án nhớ tới bản thân mình hồi trước khi còn lúc thúc ở nhà. Án choàng tay ôm 'Út nhỏ' vào lòng nói:

— Ờ, sau khi máy bay lên cao, nhìn xuống mình thấy toàn nóc nhà, như mấy cái hộp quẹt nằm sấp lớp vậy.

'Út nhỏ' hỏi:

— Thấy xe và người ta đi ngoài đường không anh Hai.

— Lên hơi cao một chút là hết thấy được người ta, mà còn thấy được xe cộ như kiến bò.

'Út lớn' tò mò hỏi:

— Máy bay lên tới mây luôn không anh Hai?

— Dĩ nhiên rồi. Nó còn vượt qua mây, và bay cao hơn nữa.

'Út nhỏ' hỏi:

— Mây ra làm sao vậy anh Hai.

— Ở trên nhìn xuống mình thấy mấy cụm mây giống như từng chùm bông gòn ...

Án chưa dứt lời, ông giáo mắng hai thằng út:

— Tụi bây hỏi gì hỏi tới vậy, để anh Hai ăn cơm, còn nói chuyện với bác Hai và mấy anh nữa.

Dung mang thố cà-ri gà lên đặt giữa bàn, thoáng để ý thấy mấy ông đang nói cười vui vẻ bỗng im bặt. Tuy nhiên có hai tiếng mà Dung nghe được khiến nàng tò mò không ít. Đó là *'Ngủ đò'*. Dù trước nay chưa bao giờ nghe qua, nhưng bản năng nhạy bén của người phụ nữ báo cho Dung biết có gì bí ẩn bên trong. Sau khi khách khứa ra về Dung hỏi:

- Hồi nãy nghe mấy ông nói '*ngủ đò*' là gì vậy anh.

Án giật mình tỉnh cả rượu,

- À ... đó là thú tao nhã trên sông Hương... của mấy nhà nho và tao nhân mặc khách ngày xưa đó mà... Ban đêm họ thích xuống đò ra giữa sông, có trăng thanh gió mát để làm thơ, xướng họa, hay nghe hát nghe đờn giữa cảnh sông nước mênh mông. Đại khái vậy đó mà.

Nghe Án giải thích cũng có lý nhưng Dung vẫn còn thắc mắc, nếu chuyện chỉ có vậy tại sao mọi người lại có vẻ muốn giấu nàng. Và nếu đó là chuyện ngày xưa vậy chuyện ngày nay thế nào? Bác Hai của Án nãy giờ còn lưu lại phía trước nói chuyện với ba Án, xong bác lần mò ra phía sau nhà bếp hối bác gái đi về. Dung không bỏ lỡ cơ hội, mon men đến hỏi:

- Bác Hai ơi, '*Ngủ đò*' là gì vậy bác.

Bác Hai nhè nhè trong men rượu:

- Đàn bà con nít ... hỏi chi ba chuyện đó chứ... chỗ gặp gỡ giữa trai anh hùng với gái thuyền quyên ... ở chốn Thần Kinh...

Dung mới vỡ lẽ. Tối đến chỉ còn hai vợ chồng, tức thì lằn ranh quốc cộng được vạch ra bởi một cái gối ôm chắn ngang giữa giường, '*Anh phần anh tui phần tui, tình nghĩa đôi ta chỉ thế thôi*'. Đêm khuya thao thức nghĩ lại hoàn cảnh của chồng, cả năm trời nằm gai nếm mật, sống giữa lằn tên mũi đạn. Dung không dám nghĩ xa hơn. Nhớ lại trong suốt năm qua mỗi lần nàng có chuyện đi ra ngoài, tình cờ gặp một chiếc xe Jeep quân đội chạy vô xóm, là mồ hôi không biết từ đâu tươm ra ướt đẫm hai bàn tay, lòng bồn chồn không kể xiết, phải bương bả trở về, miệng thì lâm râm cầu Trời khẩn Phật cho xe không đang tìm đến nhà mình để báo hung tin. Nghĩ lại giờ đây chàng được mấy ngày phép hiếm hoi về thăm gia đình, mà nàng còn hạch họe chồng cả đêm. Nàng cảm thấy thiệt có lỗi với chàng, nên quyết định thôi thì *'Cũng liều nhắm mắt đưa chân. Mà xem con tạo xoay vần đến đâu.'*[8] Nhờ ăn ở có đức như vậy mà trời thương, nên qua năm sau cho hai vợ chồng thêm một mụn con, lại là con gái cho đồng đều vì đứa lớn là con trai. Thật ra cũng tội cho *'thiếu úy'* Án, lần nghỉ phép ở Huế nào dám làm gì không phải đạo vợ chồng, nhưng trưa nay khi đối diện với những cặp mắt ngưỡng mộ của mấy anh em chú bác, chỉ sợ họ chê mình cù lần, nên khi có người hỏi tới thú ăn chơi của lãng tử trên sông Hương bèn ra chiêu ùm ùm, ờ ờ, ai muốn hiểu sao thì hiểu để giữ chút thể diện vậy mà.

Sáng hôm sau, lòng xuân phơi phới, Án lục ba lô đem ra mấy vỉ kẹo mè xửng Huế, trước cúng ông bà sau mời cha mẹ. Xong xuôi đâu đó chàng lục trong ngăn tủ bàn *bureau* cũ tìm lại hai cây pháo đại, loại nhà binh dùng tập trận lúc còn ở quân trường mà Án đã đem về giấu kỹ tới nay, bây giờ mới có dịp đem ra phát pháo giữa cái ao phía sau nhà, cho nó nổ đùng đùng mấy tiếng long trời lở đất, để trước là đón Tết, sau *lấy le* với hàng xóm, và sau nữa là ... ăn mừng chiến thắng! Tội cho mấy con cá con tôm vô tội ở dưới ao phải phơi bụng nổi trắng trên mặt nước.

Chương 9: Bên Kia Bến Đỗ

Sau hai năm giải nghệ với nghề y tá, hoàn cảnh gia đình tình cờ đưa đẩy Thanh vào một cuộc phiêu lưu mới mà trước đó nàng chưa hề nghĩ tới, là kinh doanh trong lãnh vực xe Taxi và xe đưa rước học trò. Một sự nghiệp có thể nói được gầy dựng lên bởi một tay Thanh, nhưng không thể không nhắc tới công ơn ông quản Tư và mấy người *'lính'* của ông.

Ông quản Tư gốc làm việc cho Pháp, ít khi về quê thăm bà con ở dưới xứ, vì ông cảm thấy bất an. Họ hàng gần xa của ông hầu hết sống trong vùng kiểm soát của *'quân kháng chiến'*. Tuy nhiên mỗi lần có dịp về quê, ông thường dắt lên Sài Gòn một hai đứa cháu trai, để *'cho tụi nó học một cái nghề nuôi thân,'* theo đúng châm ngôn tâm đắc mà ông thường lập đi lập lại: *'Nhứt nghệ tinh, nhứt thân vinh'*. Ông luôn bày tỏ lòng thương hại đối với các con em ở dưới quê, *'tội nghiệp tụi nó không có chuyện gì làm, ngoài việc nhổ cỏ với chăn trâu'*, như ông hồi nhỏ. Sau khi đem mấy đứa cháu lên, ông nhờ một người cai trong nhà Máy Rượu tìm một chỗ cho các em học nghề. Nghề tiện, nghề hàn, nghề điện, nghề rèn, hay bất cứ nghề gì mà các cháu học được ông cũng vui, và không ngớt khoe với mọi người, '*Coi mấy thằng lính tui đem lên, bây giờ đứa nào cũng có tay nghề hết*'. Rất tiếc hãng rượu không phải lúc nào cũng có việc làm cho '*lính*' của ông quản Tư. Đôi khi họ chỉ làm việc được một thời gian ngắn là bị sa thải. Ông luôn băn khoăn tìm một giải pháp khả thi có thể tạo công ăn việc làm lâu dài cho *lính* của ông.

'*Tất cả như do Trời định*,' ông quản Tư thường nói về cuộc đời của ông sau khi hưu trí. Cháu ngoại Thảo của ông, cái tên do chính ông đặt mới ngày nào ở Phố La-Cua, đã học hết bậc tiểu học và trúng tuyển vào Gia Long, một trường trung học nữ nổi tiếng ở Sài Gòn. Cả nhà vui mừng khôn xiết, riêng Thanh, thân làm '*mẹ*', còn mang nặng một nỗi lo trong lòng chưa biết phải giải quyết ra sao. Trường học ở cách xa nhà gần 10 cây số, mà bé Thảo thì ốm yếu vì thiếu sữa mẹ từ nhỏ, lại mắc chứng bịnh suyễn quanh năm. Thanh lo cho '*con*' làm sao có thể đạp xe tới trường như mấy chị em bạn trong vùng. Trong lúc bàn tính tìm phương tiện đưa Thảo tới trường mỗi ngày, Thanh từng nói với ông quản Tư, '*dù phải cõng con Thảo đi học, con cũng cõng*.' May mắn thay Trời cao có mắt. Tình cờ gần cuối hè, ông sếp cũ của ông quản Tư qua đời, vợ ông ta đánh tiếng muốn bán chiếc xe *Deux Chevaux* ông để lại. Một ý nghĩ mà chưa bao giờ Thanh dám nghĩ tới trước đây, nhưng trong bước đường cùng chợt đến. Thanh đề nghị mua xe để đưa Thảo đi học. Ông quản Tư vui mừng hưởng ứng, còn tình nguyện làm tài xế đưa rước cháu ngoại đi học mỗi ngày. Mặc dù biết xe cũ thường bị *en panne* (hỏng máy), theo lời ông quản Tư, nhưng ông thấy đây lại là cơ hội thực hiện giấc mơ ông ấp ủ từ lâu, là '*huấn luyện mấy thằng lính thất nghiệp*' của ông thêm cái nghề sửa máy xe.

Ông quản Tư có một người bạn chí thân từ thời bị Tây bắt lính. Hai người quen nhau trên chiếc tàu đưa họ qua Pháp để đánh giặc bảo vệ '*mẫu quốc*' trong thời Đại chiến mà hậu thế biết tới như Đệ Nhứt Thế Chiến. Đó là ông Năm Tiết, người may mắn học được cái nghề sửa xe trong quân đội Pháp. Ông quản Tư thường khen ông Năm là có thể tự mình '*mở banh máy móc trong xe ra không chừa một thứ gì, rồi sau đó tự tay ráp lại từng món y như mới.*' Bây giờ có được chiếc xe trong nhà, ông có cơ hội nhờ ông Năm Tiết truyền nghề lại cho '*mấy tên lính thất nghiệp của ông.*' Tuy nhiên có một vấn đề cần khắc phục.

Trong đám cháy lớn ở Khánh Hội hai năm trước, căn nhà sàn của ông Năm Tiết bị thiêu rụi. Trước khi lửa lan tới nhà, ông bà Năm Tiết kịp thời quăng hết đồ đạc trong nhà xuống ao, trước khi bỏ chạy. Sau khi đám cháy được dập tắt, ông Năm trở về ngụp lặn dưới ao cả ngày, ráng vớt cho hết đồ đạc lên. Vậy là mấy bữa sau ông sanh bịnh, hai tay cứ run lên bần bật suốt ngày không kềm lại được. Ông quản Tư thương bạn, cố giúp chạy thầy chạy thuốc nhưng tiền mất tật còn. Theo ông quản Tư thì lý do là vì nước dưới ao quá dơ bẩn, do có nhiều nhà chứa xung quanh. Có người trách ông Năm vì tiếc của mà liều mạng, riêng ông quản Tư thì cứ than, '*Tội nghiệp thằng Năm, gia tài nó còn lại chỉ có bấy nhiêu, nên phải lội xuống dưới thứ nước nhơ nhớp đó để moi lên.*' Trong các dịp đi lãnh lương hưu hàng tháng, thỉnh thoảng ông quản Tư đạp xe thẳng ra thăm bạn, uống trà nhắc chuyện xa xưa. Xa từ thời hai anh em rọc bao chà là trong hầm tàu trên đường qua Pháp, tới lần hai anh em thoát chết vì tình cờ vắng mặt trong bữa ăn nấm độc do mấy người lính Việt nhớ nhà hái về trong lần đóng quân ở miền Nam nước Pháp. Sau mỗi lần gặp gỡ, trước khi ra về ông quản Tư đều không quên giúi một số tiền trong túi áo bạn, và trên đường về lòng ông luôn nặng trĩu một mối ưu tư, mong có thể làm được điều gì giúp bạn. Bởi vậy sau khi mua được chiếc xe hơi, ông quản Tư đã có sẵn trong đầu một vai trò cho ông Năm Tiết. Mỗi tuần ông đến rước hai vợ chồng ông Năm về nhà, sau khi ăn uống xong xuôi ông dắt bạn ra ngồi ngoài *garage*, hướng dẫn '*lính*' của ông sửa xe. Vợ ông Năm nhìn chồng ứa nước mắt nói, '*Từ ngày ổng bị bịnh tới giờ, chỉ có mấy lúc này tui mới thấy ổng vui thôi.*'

Cứ như vậy mà không lâu sau trong nhà ông quản Tư có được một đội ngũ thợ máy. Phần Thanh, sau tuần đầu quan sát cảnh ông quản Tư mỗi ngày đưa rước cháu đi học, cô chợt có một sáng kiến, *'Tại sao mình không mở ra dịch vụ xe đưa rước học trò'*. Câu chuyện kinh doanh của Thanh bắt đầu từ đó, với một chiếc xe bé tí hai mã lực của Pháp, đủ chở ba hành khách học trò. Qua năm sau thêm một chiếc xe Volkswagen của Đức chở được gần 10 học sinh sau khi chỉnh sửa lại hai băng ghế ngồi ở phía sau. Chuyện làm ăn được thuận buồm xuôi gió, phát triển ngày một vững bền hơn không chỉ nhờ vào tánh năng nổ, chịu khó chịu cực của Thanh, mà còn chứng tỏ bản lãnh của một người phụ nữ có thể hướng dẫn một cơ sở thương mại chỉ gồm toàn đàn ông, từ các ông tài xế tới thợ máy, trong một xã hội trọng nam khinh nữ.

#

Mỹ Lệ đã lập gia đình với Paul sau khi Năm Chảng đồng ý hủy bỏ hôn ước với nàng. Trong xóm lao động ở khu Cầu Muối dạo đó rộ lên tin đồn về một nghĩa cử của *'anh Năm'*. Dân nghèo từng được hưởng của bố thí của *anh Năm* qua các hành động hào phóng bốc đồng xưa nay, nghĩ rằng sau khi *anh Năm* biết Mỹ Lệ là hoa đã có chủ, nên sẵn sàng nhường lại cho Paul. Thực ra, là một tay anh chị khét tiếng đã leo lên tới hàng Đại Ca, Năm Chảng luôn đặt quyền lợi cá nhân và thanh thế trong giang hồ lên trên hết. Sau khi Paul tỏ ý muốn cưới Mỹ Lệ, Năm Chảng nắm bắt cơ hội để thương lượng một vố làm ăn lớn với Paul. Chánh quyền thuộc địa Pháp vẫn thường mắt nhắm mắt mở để các băng đảng hoạt động bảo kê cho mấy tụ điểm ăn chơi, để chánh quyền có cơ hội khai thác mỏ vàng thuế má từ mấy sòng bài, nhà chứa và nhiều dịch vụ ăn theo phục vụ khách làng chơi, như các vũ trường và quán nhậu. Điều kiện trao đổi Mỹ Lệ mà Năm Chảng đưa ra là Paul phải vận động cho hắn được bành trướng địa bàn hoạt động ra khỏi vùng chợ Bến Thành, để băng đảng của hắn nắm luôn sòng bạc Kim Chung khét tiếng ở Sài Gòn, chỉ đứng sau Đại Thế Giới trong Chợ Lớn thôi. Sếp Gauthier nể tình Paul nên đồng ý với đề nghị của Năm Chảng. Thực ra đối với chánh quyền Pháp, khi phải dùng côn đồ để trị an ở thành phố, thì dù có giao cho nhóm giang hồ nào, ngư ông Pháp vẫn tương đối đắc lợi như nhau.

Ngay sau buổi lễ cưới được tổ chức bí mật nhưng không thiếu phần nghi thức tại nhà thờ lớn Đức Bà, Paul phải đưa toàn gia đình lên Đà Lạt sống, vì lý do an ninh cá nhân sau khi thân thế chàng bị bại lộ. Họ sống trong căn biệt thự Paul mua lại từ hai năm trước trên một đồi thông ở Đà Lạt, cạnh con suối nhỏ róc rách uốn mình quanh mấy tảng đá lớn nhỏ ven bờ. Tiếc là khí hậu ôn đới của vùng cao nguyên tuy là điều lý tưởng đối với những người Pháp tha hương để họ gọi Đà Lạt là *'Paris thứ hai'*, nhưng đối với Thím Sáu, mẹ Mỹ Lệ, thì khí lạnh núi rừng khiến bệnh tê thấp hoành hành bà ngày càng nhiều hơn. Chỉ nửa năm sau Paul thu xếp dọn nhà vào B'lao, ấm áp hơn, lại thu ngắn một phần ba khoảng cách tới Sài Gòn, tiện lợi cho việc đi về trong các chuyến công tác bí mật của hắn. Paul không chỉ hoạt động cho Phòng Nhì, theo dõi nội bộ các lực lượng tôn giáo võ trang thuộc giáo phái Cao Đài và Hòa Hảo, ngoài ra còn làm việc cho MI5, Cơ quan Tình báo Pháp, thu thập tin tức về các hoạt động của đồng minh ở Đông Dương, để báo cáo trực tiếp về tổng hành dinh phụ trách vấn đề Đông Dương, có trụ sở đặt tại Côn Minh. Mặc dù Pháp thuộc khối đồng minh với các cường quốc Anh, Mỹ, Nga, nhưng mỗi quốc gia đều đặt quyền lợi của tổ quốc mình lên trên. Sau đệ nhị thế chiến Pháp vẫn nuôi mộng duy trì thuộc địa Việt Nam, nhưng lại lo các đồng minh lợi dụng thời cơ nuốt chửng miếng mồi thuộc địa của mình.

Sau khi dọn tới B'lao sinh sống, Paul sang lại được một vườn trà và một rẫy cà-phê, gần sông Đạ Huoai, mà Mỹ Lệ canh tác từ đó tới nay. Trà chỉ bán cho các đại lý trong nước, nhưng cà-phê thì để xuất cảng qua Pháp. Ngày trước chỉ có người Pháp hay người mang quốc tịch Pháp được cấp giấy phép xuất nhập cảng, nhưng sau khi Việt Nam giành được độc lập thì Mỹ Lệ là người phụ nữ Việt đi tiên phong trong ngành xuất cảng. Lúc đầu Mỹ Lệ phải nhờ vào sự hướng dẫn của Paul, nhưng sau khi Paul bị lãnh chúa sòng bài Đại Thế Giới cho đệ tử ám sát sau cuộc thương thuyết bất thành, thì Mỹ Lệ phải một tay quán xuyến mọi chuyện trong ngoài. Mỗi lần có cơ hội vào Sài Gòn lo các thứ giấy tờ hành chánh cho cơ sở làm ăn, hay thực hiện các dịch vụ cần thiết với ngân hàng, Mỹ Lệ đều tìm mọi cách được gặp mặt mấy chị em bạn cũ.

#

Mới chợp mắt mà Sáng, con trai lớn của Mỹ Lệ, đã 21 tuổi đang du học tại Pháp. Mỹ Lệ sống ở B'lao, điện thoại cho Loan biết tuần sau sẽ về Sài Gòn để xin gia hạn giấy phép xuất nhập cảng cho công ty cà-phê của cô. Loan đề nghị Thanh tổ chức buổi gặp mặt giữa bốn chị em, vì Loan và Dung đang sống chung với gia đình nhà chồng, khó lòng mở *party*. Thanh là cô bạn duy nhứt trong số bốn chị em hiện vẫn còn độc thân nên bạn bè mỗi lần có dịp thường rủ nhau kéo đến nhà Thanh *'phá nó cho vui'*. Lần này nhân dịp Mỹ Lệ ở xa về, lại vào dịp Tết Trung Thu sắp đến nên Loan có ý muốn Thanh tổ chức một buổi tiệc trước đón Mỹ Lệ, sau để *'mấy đứa xúm nhau ăn Trung Thu như hồi đó'*. Tuy nhiên Thanh phải khước từ vì công việc làm ăn bề bộn, tháng trước mới mua thêm một chiếc xe Volkswagen thứ năm dùng để đưa rước học trò, và đang bận rộn *'chỉ huy'* mấy người thợ xây cất nới rộng garage (nhà chứa xe) bên hè nhà.

Đối để Loan đành ra tay tổ chức tiệc đón Mỹ Lệ. Từ lâu nàng đã để bụng ngôi nhà nghỉ mát trên Thủ Đức của bà mẹ chồng. Căn nhà nằm trên ngọn đồi thoai thoải ở giữa hai mẫu đất vườn, trồng nhiều cây ăn trái hấp dẫn mà thường mỗi khi đến thăm, Loan đều nhớ tới mấy người bạn thân và thầm ước, *'Phải chi có tụi nó ở đây, cho tụi nó ăn cho đã.'* Thường ngày chỉ có chú Chín, một người chú họ của chồng, và gia đình của chú ở đây trông nom nhà cửa, vườn tược. Ít khi bà mẹ chồng của Loan lên thăm vì ngại đường sá xa xôi, dù nó chỉ cách Sài Gòn 20 cây số hơn, ngoại trừ những khi có mấy bà bạn của bà thèm ăn mấy trái mãng cầu ta ngọt ngay thơm phức trong vườn, mượn cớ rủ bà lên đây đánh tứ sắc. Bà mẹ chồng Loan có thể thiếu thứ gì, chứ không thể thiếu đậu chến mỗi tuần. Nắm được yếu điểm của mẹ chồng, Loan bắt đầu rỉ tai nhắc khéo mấy '*tay bài*' là vườn trái cây trên Thủ Đức đang chín rộ chờ đợi họ. Kế hoạch '*dân vận*' của Loan đã thành công, và nhờ vậy mấy chị em nàng thực hiện được một buổi tiệc tháp tùng, với buổi chơi tứ sắc của bà mẹ chồng nàng.

Nhà nghỉ mát của gia đình Bà Tư, mẹ chồng Loan, nằm trên ngọn đồi thoai thoải, xanh um cây cỏ, bên cạnh Xa Lộ Biên Hòa, đối diện với khu villa sáng trắng của Làng Đại học Thủ Đức ở bên kia đường. Xe chạy men theo con đường đất giữa hai hàng cây cao, đến gốc cây me ở ngã ba đường thì rẽ phải, chạy thẳng tới trước cổng nhà. Nhà gỗ hai tầng, cột toàn bằng gỗ lim, trổ màu nâu sậm bóng lưỡng. Điều đặc biệt nhứt có lẽ là tầng trên, được xây theo hình ngũ giác, với cửa sổ trổ ra năm hướng để đón gió. Tường bên trong lát gỗ giáng hương màu gạch, tỏa sáng toàn căn phòng rộng. Hồi sanh tiền, mỗi lần ra đây ông Đốc Phủ Sứ, chồng bà Tư, thường ngồi hàng giờ trên chiếc ghế mây đặt kế bên bộ trường kỷ đọc sách báo. Gió luồn từ tứ phía, mát rười rượi, tưởng chừng có thể ru người ta ngủ cả ngày trên bộ ván ngựa gỗ Cẩm Lai dày hơn cả tất đặt ở phía đối diện. Đây là chỗ mấy bà ngồi đậu chénh, nhưng khi cần nghỉ lưng, họ phải xuống dùng mấy phòng ngủ ở phía dưới nhà. Theo bà Tư thì chỉ có ông Tư lúc còn sống mới có thể ngủ yên trên bộ ván này được thôi. Người yếu bóng vía sẽ bị '*ván đè*,' vừa chợp mắt đã có cảm giác tấm ván bị chòng chành, rồi lật úp, làm khách giật mình tưởng đã bị hất xuống sàn nhà.

Trong khi mấy bà đang '*cầm quân*' trên lầu, Loan háo hức dẫn bạn và hai đứa nhỏ ra vườn trái cây ở phía sau nhà. Đám bạn đang mê mẩn trước cây chôm chôm đỏ rực trái, làm ai nhìn cũng thấy vui, nhưng Loan nôn nả kéo họ tới coi cho bằng được cây mãng cầu ta mà nàng để bụng bao lâu nay ao ước được chia sẻ với bạn. Mấy trái mãng cầu no tròn treo đầy cành không làm họ thất vọng. Trái nào trái nấy mật căng nứt múi. Một làn gió mát thoảng qua, phưng phức mùi thơm hoa quả ngọt ngào kỷ niệm, mang đến một cảm giác an nhàn thoải mái hiếm hoi đối với Mỹ Lệ một phụ nữ dường như sanh ra chỉ để khắc phục định mệnh. Mỹ Lệ mỉm cười, mơ màng nhìn ra xa, ôm ấp các hình ảnh xưa đang lũ lượt ùa về. Những lúc cả đám xúm xít chụp hình bên mấy gốc cây cổ thụ trong vườn Bờ-rô đầy bóng mát, hay ngồi quây quần trên thảm cỏ trước vườn Bách Thảo bên cạnh mấy cụm hoa cúc vàng ửng trong nắng. Khi thì chụp hình với mấy trái cây mơn mởn đơm đầy cành trong vườn chôm chôm ở Long Thành, hay vườn măng cụt, sầu riêng ở Lái Thiêu, lúc thì vườn mận ở Mỹ Tho, vườn vú sữa ở Cai Lậy... Giọng Loan bỗng trỗi lên bên tai kéo Mỹ Lệ về thực tại.

- Để tao nhờ Thím Chín gói cho mỗi đứa mấy trái mãng cầu đem về.

Loan lại quay sang Mỹ Lệ, kéo tay nàng đi sâu vào vườn tới gần hàng rào bông bụp, khoe một cây ổi xá lị lủng lẳng đầy những trái xanh ửng, có trái ngả vàng. Loan lấy trong túi xách tay ra một gói giấy nhỏ đưa cho Mỹ Lệ, trêu bạn *'Nè đúng gu bà chưa?'* Loan vẫn còn nhớ từ nhỏ Mỹ Lệ thích ăn cay, từ trái cây chua như cóc, như xoài, đến trái chát như bần, hay ngay cả ngọt như mận, cô nường Mỹ Lệ của họ cũng thích chấm với muối ớt, nên từ sáng khi còn ở nhà, Loan đã thủ sẵn một gói trong bóp sợ quên. Mấy chị em xúm lại lấy lồng chọc ổi ăn ngon lành. Chưa ăn xong Loan nóng lòng kéo cả bọn trở lại mấy gốc chôm chôm.

Thấy vậy Dung phải nhắc chừng, *'Mấy bà ăn gì thì ăn nhưng nhớ để bụng, chiều còn ăn bánh Trung thu, mình đem theo nhiều lắm đó.'* Cả bọn đồng ý kéo lại ngồi quanh cái bàn ngoài trời dưới gốc cây mít, mà chú Chín giữ vườn đã sắp thêm hai cái ghế nhựa cho hai đứa nhỏ kế bên bốn cái ghế đá. Hai đứa nhỏ còn mê ngắm trái cây ngoài vườn chưa muốn đến. Loan chợt nhìn đồng hồ.

- Tiệc tùng đâu mình bày ra đi, chắc vừa rồi.

Thanh và Dung loay hoay lấy thức ăn trong mấy giỏ xách ra. Loan lớn tiếng kêu Thím Chín mang chén dĩa tới bày biện đầy bàn. Thanh sắp bánh in ra dĩa. Thường thì món bánh in này do Thanh đặt Dung làm, nhưng lần này vì Dung bận làm mứt cho khách hàng, nên Thanh đặt bánh in với Chị Hai, con của cô giáo Sửu từng dạy nữ công gia chánh cho bốn chị em. Cô Sửu góp phần không nhỏ trong kỷ niệm học trò của họ, đặc biệt là câu mắng yêu của cô mà họ nhớ mãi, '*Bốn đứa tụi bây là tứ quỷ chứ hổng phải tứ quý như con gái người ta đâu.*' Mỗi lần gặp mặt, cô thường nhắc lại chuyện Loan muốn lấy điểm cao, đã đổ mực vào keo dưa chua của mình để nhuộm cho nó xanh hơn.

Dung thận trọng lấy từ trong giỏ xách ra hộp bánh '*Choux*' để trên cái keo đựng mứt mãng cầu. Tất cả đều do chính tay Dung làm. Mỹ Lệ cũng lục xách tay đem ra một gói đọt trà và lá trà tươi mà nàng kêu thợ hái hôm qua, đưa cho Loan nhờ thím Chín nấu một ấm trà cho mấy chị em. Philippe, đứa con thứ nhì, 12 tuổi, của Mỹ Lệ theo nàng về Sài Gòn chuyến này, đang đứng nói chuyện với Thảo ngoài vườn, nhìn thấy thức ăn bày đầy bàn, vội chạy đến đứng bên cạnh Mỹ Lệ, mắt thèm thuồng, ngó hết mấy dĩa bánh tới dĩa mứt. Dung thấy vậy ngoắt Philippe lại, lấy cái bánh *choux* đưa cho nó. Philippe thắc mắc hỏi,

- Sao không thấy bánh Trung Thu vậy dì.

Mỹ Lệ xen vào giải thích cho con nghe,

- Đó là ý tưởng của dì Út con, muốn khuyến khích việc dùng cây nhà lá vườn.

Loan nói thêm,

- Dì Út con muốn làm cách mạng. Muốn Tết Trung Thu phải mang màu sắc quê hương hơn, vì vậy thay vì dùng bánh Trung Thu thì dì Út con thế bằng bánh in của dì Dung.

Dung tỏ vẻ trầm ngâm nói,

- Tội nghiệp dì Út con, ban đầu muốn giúp đỡ cho dì có công ăn việc làm thôi. Chỗ dì Út con làm ăn lớn, nên mỗi năm vào mấy dịp lễ lạc đều mua quà cáp biếu cho mấy thân chủ và nhân công trong xưởng. Mấy năm sau này, tới mùa Trung Thu thay vì mua bánh Trung Thu, thì dì Út con tới đặt dì làm bánh in để biếu khách. Nhờ vậy mà dì mới có được đồng vô đồng ra với người ta.

Dung như ngầm nói lời cám ơn đối với Thanh. Từ ngày mẹ chồng nàng lâm bịnh nặng, tiền thuốc thang ngày một chồng chất, Dung phải làm bánh làm mứt để bán kiếm thêm thu nhập cho gia đình. Suốt thời gian Án đi lính không có nhà, Thanh từng ra tay tận tình giúp đỡ gia đình Dung. Mấy lần đưa mẹ chồng Dung vào nhà thương Grall nổi tiếng của Pháp ngày trước để khám bịnh, và luôn giúp đỡ thuốc thang những khi cần. Bởi vậy khi thiếu úy Án chồng Dung được gởi qua Mã Lai học lớp chống du kích với quân đội Ăng-lê, đã ghé qua Tân-Gia-Ba mua một cái *'magnétophone'* (máy ghi âm trên băng từ) hiệu Philips đời mới tặng Thanh, để nói lên tấm lòng biết ơn của gia đình anh.

Mỹ Lệ ngồi nhìn '*mấy đứa bạn*' lăng xăng tiếp đãi mình mà lòng không khỏi lâng lâng một niềm vui thuở tóc kẹp đuôi gà, nàng chợt buông lời trách cứ trời già:

- Ăn Trung Thu mà thiếu trăng hồng thơ mộng chút nào.

Loan nhếch môi chế giễu:

- Thằng Sáng gần có vợ được rồi kìa bà ơi. Ở đó mà mơ mộng.

Dung lớn tiếng trách Mỹ Lệ:

- Tại bà chứ ai nữa. Bà mà ở lại được vài ngày coi. Mình chờ tối chút nữa ăn Trung Thu cho đúng điệu.

Loan cười khẩy chê Dung:

- Bà sao. Bà tưởng người ta nhớ anh Cuội trên mặt trăng thiệt hả. Hổng phải anh Sứ của người ta sao?

Thanh lườm Loan trách cứ, đã vô tình nhắc lại vết thương lòng của Mỹ Lệ. Mỹ Lệ chống chế:

- Hổng sao. Chuyện qua lâu rồi. À, mà ... lúc này ảnh ra sao?

Loan lại trêu bạn, '*Hổng sao mà hỏi tới hè.*' Từ sau chuyến giẫy mả định mệnh bị Paul cưỡng hiếp, Mỹ Lệ tự xa lánh Sứ, người yêu đầu đời và sâu thẳm Mỹ Lệ thường nghĩ có lẽ là người yêu duy nhứt trong đời nàng. Nhưng nếu đối với đàn ông mối tình đầu dang dở là một kỷ niệm để nhớ, thì đối với đàn bà là một nỗi buồn cố quên. Phải quên đi để trọn đạo vợ chồng, để tròn chức trách với các con.

'*Nghe nói ảnh theo Hiến Binh,*' Thanh trả lời. Dung cố ý thêm vào, '*Và vẫn còn ở vậy, nếu mầy muốn biết.*' Bao nhiêu cặp mắt tò mò hướng về Mỹ Lệ. '*Thôi cho tao xin đi,*' Mỹ Lệ với giọng gạt ngang cố hữu, '*Bộ tụi bây tưởng tao khổ chưa đủ hả.*' Để cứu bồ Mỹ Lệ, Loan chợt lên tiếng lái câu chuyện qua Thanh,

- Nói tới dì Út nó nãy giờ mà quên hỏi thăm coi chuyện anh kỹ sư của người ta tới đâu rồi.

Dung xen vào ăn có,

- Người sao mà có phước quá. Gặp toàn '*kỹ xư*' với '*bác xĩ*' theo không hà.

Ngoài kỹ sư Trương ra, ý Dung muốn nhắc tới bác sĩ Phúc, thuộc ban giảng huấn chương trình đào tạo nữ điều dưỡng, người từng trồng cây si cô học trò Thanh hơn cả năm trời. Lâu lắm rồi Thanh mới nghe nhắc tới bác sĩ Phúc. Hình ảnh đầu tiên ùa về trong trí Thanh vẫn là buổi trưa trời mưa tầm tã bên ngoài, nàng đạp xe đến trường trễ, vừa bước vào lớp, đầu tóc mặt mũi còn ướt đẫm nước mưa, đã bị gọi lên trả bài. Vừa bước lên bục giảng, Thanh bị trượt chân ngã vào vòng tay của thầy Phúc, mới tốt nghiệp ở Pháp về, và đáng chú ý hơn đối với mấy cô nữ sinh là thầy vẫn còn độc thân, đúng tuýp người lý tưởng, *'đẹp trai, học giỏi, con nhà giàu.'* Những ngày tiếp theo đầy tiếng xì xầm, những lời bàn ra tán vào của mấy cô bạn học. Đứa trêu Thanh cố ý, đứa ganh tị cho là thầy đã dàn dựng lên một kịch bản vì phải lòng Thanh. Loan như chợt nhớ ra điều gì, nhìn chằm chặp vào Thanh với ánh mắt tinh nghịch hỏi:

- Tụi bây nhắc tao mới nhớ, bác sĩ Phúc lúc này ra sao?

Mỹ Lệ nhún vai nói, *'Bị bà già lủy hối quá, lủy lập gia đình rồi.'* Loan gỡ bọc giấy kiếng, cho miếng mứt mãng cầu vào miệng, nhai ngồm ngoàm tự nhiên như thuở nào. Vị chua chua, ngọt ngọt quen thuộc của tuổi thơ kéo theo cả bầu trời kỷ niệm về với Loan. Nàng dõng dạc tuyên bố:

- Tụi bây nhắc tới bác sĩ Phúc, bữa nay vui miệng, để tao kể tụi bây nghe chuyện này...

Thanh ngắt lời:

- Bà này muốn kiếm chuyện gì nữa đây.

- Ê, moi không nói thêm à nha. Tánh moi có sao nói vậy.

Mỹ Lệ giục:

- Có gì bật mí cho tụi tao nghe. Ở đó úp úp mở mở hoài.

Loan nhấp thêm miếng trà câu giờ trước khi chậm rãi nói:

- Tao kể tụi bây nghe chuyện này nha, bí mật đó.

Thanh gằn giọng hăm he Loan:

- Bà liệu đó. Coi đứa nào có nhiều bí mật hơn.

Loan thản nhiên đáp, '*Tao còn gì nữa mà sợ.*' Lời nói nửa đùa nửa thật với giọng đầy mai mỉa của một người vợ đã xa cách chồng từ mấy năm nay. Loan nheo mắt tinh nghịch nhìn về hướng Mỹ Lệ và Dung xuống giọng nói,

- Hai ông bà từng ra Long Hải tắm biển, tụi bây biết hôn?

- Cái gì, sao tao hổng biết?

Mỹ Lệ nhìn Thanh với ánh mắt đầy trách móc.

- Tưởng trong bốn đứa tao với mầy thân nhau nhứt.

Dung lúc nào cũng trầm tĩnh, an ủi Mỹ Lệ, '*Bà có biết lúc đó bà đang ở đâu không? Rồi sau đó dồn dập đủ thứ chuyện, dù có nói chưa chắc bà có tâm trạng để nghe.*' Mỹ Lệ chợt nhớ ra khoảng thời gian đó mình đang ở B'lao mới bắt đầu gầy dựng sự nghiệp, trong lúc Paul đi về giờ giấc thất thường. Được vài năm Paul qua đời nàng phải gánh vác mọi việc trong ngoài. Hiểu ý Dung, nhưng Mỹ Lệ vẫn xoay qua chất vấn Loan, '*Mầy cũng giữ bí mật hay giữ há.*'

Loan chống đỡ, '*Chọc tụi bây một chút chơi vậy chứ có bí mật gì đâu.*' Loan nếm thêm một miếng mứt mãng cầu mà lúc làm Dung cố ý giữ cho chua, vì biết bạn mình thích như vậy. Loan ngước mặt lên trời tận hưởng vị chua chua ngọt ngọt, không chỉ toát ra từ miếng mãng cầu đang ngâm trong miệng, mà còn từ miếng me dốt ở đầu hẻm, miếng ổi ở sân nhà, miếng mận ở ngã ba Trung Lương, miếng bưởi ở Biên Hòa, miếng măng cụt ở Lái Thiêu, và ở cả những vườn cây ăn trái từ quê ngoại đứa này đến quê nội đứa kia mà cả đám từng có dịp phá phách, chụp hình. Loan chìm đắm trong khung trời kỷ niệm, ngọt lịm thâm tình chị em. Hình ảnh hôm đó hai đứa chọn áo tắm tại nhà Loan kéo về nhảy múa trước mắt. Loan kể:

- Lần đó bác sĩ Phúc tổ chức dẫn cả lớp đi Long Hải tắm biển. Cô nường nhà ta đâu có áo tắm nên từ chối, mượn cớ bác Tư không cho phép. Thì cũng đúng, tụi bây biết mà, bác Tư trai khó cỡ nào, đâu bao giờ cho con cái mặc ba thứ '*hở hang*' đó. Vấn đề tao muốn nói là, tại sao thiếu có một cô học trò Thanh trong lớp mà chính thầy Phước phải lái xe vô tận nhà để gặp bác Tư, xin phép cho cô nường cho bằng được. Sừ lủy còn hứa sẽ đích thân đưa rước ẻn đi về, và sẽ đi chung với cả lớp, để bác Tư yên tâm.

Mỹ Lệ ngắt lời:

- Cha, coi bộ hấp dẫn à nha.

Loan nạt:

- Nghe nè. Ẻn phải lén bác Tư chạy ra nhà tao thử *maillot* của tao. Mà tụi bây biết ẻn lúc đó như con còng gió, còn tao thì ... hổng được thon thả lắm ...

Mỹ Lệ gắt lên:

- Thôi đi bà ơi, tội tụi tui quá, ai nói bà mập hồi nào đâu mà bà rào trước đón sau.

- Ê, người ta cũng có '*co*' lắm nha.

- Biết rồi, eo bà như eo ếch luôn đó. Được chưa. Bây giờ nói nghe coi hai ông bà đó làm gì ngoài Long Hải.

- Bà nghĩ coi, *réglé* như em Thanh thì có thể làm gì chứ? Tui chỉ nhớ lại lúc hai đứa chọn áo tắm ở nhà tui thôi. Chọn màu, chọn kiểu. Ngồi coi nó thử lên, thử xuống. Rồi phụ nó nhấn ben bên nây, ben bên kia, cho đồng đều. Thấy nó lần đầu thử maillot lúng ta lúng túng, nói thiệt tao có cảm tưởng như một bà mẹ đang chọn áo cưới cho con vậy.

Dung xen vào,

- Vừa phải thôi, con gái lớn của bà lúc đó 8 tuổi là cùng.

- Tụi bây biết ý tao mà, lúc đó tụi mình đã lập gia đình hết, con cái cũng đã một hai đứa, còn cô nường của mình ... người ta là gái còn son mà.

Chợt nhớ ra điều gì Loan hỏi,

- Đứa nào muốn coi hình ẻn mặc *maillot*. Ẻn bắt tao cất mấy tấm hình đó bên nhà tao từ đó tới nay.

'Tui cấm bà đó nha.' Thanh ra lệnh mà giọng như năn nỉ. Mỹ Lệ chìu bạn, 'Nó không muốn mình coi hình thì thôi. Còn sừ lủy ra sao?'

Loan nhấp miếng trà, tâm sự với giọng tiếc nuối:

- Lủy đeo đuổi quá mà ẻn cứ từ chối. Sau cả năm trời lủy phải nghe lời măn của lủy đi lấy vợ. Tao thấy tiếc cho con Thanh, cứ viện cớ phải lo cho gia đình mà từ chối người ta. Lủy là con nhà giàu, lại làm bác sĩ, dù nó có mười gia đình lủy cũng lo nổi. Vậy mà ẻn cứ một mực thoái thác với người ta. Tao đốc hoài cũng hổng nghe.'

#

Thanh đảo mắt ra vườn, chợt thấy bé Thảo đứng ngước mặt đếm mấy trái mận trên cây, ngắm vẻ đoan trang của Thảo trong chiếc áo dài trắng nữ sinh, Thanh không khỏi cảm thấy ấm lòng, và tự tin hơn về quyết định gác lại chuyện hôn nhân của mình. Nàng tự an ủi trong ý nghĩ thế hệ của nàng và các bạn bè không ai học hết trung học nhưng giờ đây Thảo đã là một sinh viên y khoa, với giấc mơ bác sĩ nằm trong tầm tay. Thanh thoáng nhoẻn miệng, cố che giấu nụ cười khiêm tốn chất chứa ít nhiều mãn nguyện, trong ý nghĩ, tuy việc thành tài ra sao của Thảo chỉ biết dựa vào nỗ lực và trí tuệ của con, nhưng việc nên người thế nào thì người mẹ này đã làm hết khả năng của mình. Thanh cảm thấy mát lòng mỗi khi nghe bạn bè hay người trong xóm Cây Lý khen cháu Thảo. Họ khen '*con*' bằng cách nhắc tới công ơn dưỡng dục của người dì, qua các câu nói như, '*Bé Thảo xuất thân từ lò huấn luyện của cô Út mà,*' để nói lên nết na của cháu không chỉ trong lời ăn tiếng nói mà còn qua cách ứng xử với mọi người. Một dấu ấn rõ nét của sự dạy dỗ của Thanh là qua cách xưng hô của bé Thảo hằng ngày đối với '*con Chuột con bà Trầu*', cái tên mà cả xóm cây Lý từ già đến trẻ đều quen miệng gọi. Thanh thì dạy cho bé Thảo biết đó là lời lẽ bất kính có tánh miệt thị, và vì vậy đối với Thảo lúc nào Chuột cũng là '*Chị Sáu con bà Bảy.*' Ngay cả vào các ngày giỗ lớn trong gia đình, bạn bè Thanh còn kháo nhau, '*cũng là dịp để bả giảng moral nữa.*' Trong những dịp này, Thanh đều nhờ những người giúp việc trong nhà mang thức ăn đến biếu một số gia đình nghèo trong vùng, và nàng thường nhắc lại một bài học cho Thảo nghe, '*Con coi đó, mình sớt mấy phần ăn cho người ta còn trước khi đãi khách ở nhà; chứ không phải vì người ta nghèo mà cho ăn cơm thừa canh cặn.*' Bởi vậy tới lớn Thảo vẫn còn nhớ các lời Thanh dạy, là ngay cả đến cái thố, cái tô hay chén dĩa đựng thức ăn cũng phải là chén kiểu, dĩa kiểu, chứ không phải, '*Ở nhà mình ăn uống dùng đồ sứ, còn cho người ta thì dùng đồ sành.*'

Nỗi lo lắng dường như thái quá của Thanh về việc trau dồi đạo đức cho Thảo không biết xuất phát từ động cơ nào. Lý do vì ảnh hưởng gia đình, đặc biệt là từ ông quản Tư có lẽ cũng giải thích được phần nào. Mặc dù ông là một cảnh sát làm việc cho Pháp, mang tiếng là tiếp tay cho chế độ thuộc địa áp đặt ách thống trị tàn bạo lên xứ sở, nhưng ông có lẽ là một trong số ngoại lệ còn giữ được ít nhiều lương tri để hướng dẫn hành động hàng ngày cho bản thân mình. Mỗi lần gặp việc bất bình ngoài đời, sau khi về nhà, trong những bữa cơm gia đình ông thường kể lại cho vợ con nghe, và thường không quên nhắc nhở các con những bài học có thể rút tỉa được về cách '*đối nhân xử thế*'. Cơm tù là một chuyện ông thường nhắc tới với vẻ xót sa. Ông thường than phiền về ông Huyện Hai, một đồng nghiệp trong sở, '*lãnh tiền của bót nấu cơm tù, mà ăn chặn ăn giựt, cho tù ăn toàn cơm thừa canh cặn của nhà ổng*'. Ông quản Tư cũng thường trách một đồng nghiệp lạm dụng chức quyền, bắt mấy người phu xe kéo mỗi ngày phải đưa rước con ông ta đi học. Vì vậy đối với con cái trong nhà, ông quản Tư đều cấm không cho dùng xe kéo, dù phải trả công, vì theo ông, '*Mình ngồi thừ ra đó để người ta nai lưng ra kéo, làm sao mà chịu nổi*'. Chính vì bài học này mà tới lớn Thanh tránh cả dùng xe xích-lô đạp. Có một lần quá cần kíp, 'Cô Út' nhà ta đối đế phải gọi xích-lô đạp về nhà, nhưng để tránh ông quản Tư biết được mà buồn, cô đã xuống xe cách nhà hai gốc phố rồi lội bộ đoạn đường còn lại.

Ngoài việc chịu ảnh hưởng bởi sự giáo dục gia đình với các bài học đạo đức được ông quản Tư thường xuyên nhắc nhở bên mâm cơm, phải chăng còn một yếu tố xã hội quan trọng hơn tác động sâu xa trong tiềm thức Thanh, khiến cô dường như bị ám ảnh bởi trách nhiệm trau dồi đạo đức cho con. Thanh lớn lên qua một giai đoạn lịch sử nhiễu nhương kéo dài tưởng chừng vô tận, nhìn đâu cô bé Thanh cũng thấy chết chóc lầm than, ác quỷ lộng hành, tội ác lên ngôi. Phải chăng tấm lòng nêu cao vương đạo còn xuất phát từ bản năng duy trì dòng giống, vì một dân tộc không thể sống còn khi mất hết phương hướng đạo đức.

#

Nãy giờ mê ăn bánh ăn kẹo của dì Dung làm, Philippe không có thì giờ để thắc mắc với mấy dì. Ăn xong thêm hai viên kẹo mãng cầu, Philippe mới bắt đầu chất vấn ý tưởng cách mạng của dì Út muốn đãi tiệc Trung Thu bằng bánh mứt quê nhà. Nó nói:

- Mấy dì ơi, bánh *Choux* đâu phải bánh Việt Nam đâu.

Câu hỏi đặt vấn đề bất ngờ của Philippe làm '*mấy dì*' lúng túng, nhưng Loan ráng chống chế:

- Thì bánh do dì Dung làm là bánh Việt Nam chứ còn gì nữa.

Cô giáo Dung mỉm cười, cố giải thích sợ Philippe hiểu lầm:

- Con nói đúng rồi, nhưng nguyên liệu nấu ăn với cách pha chế do dì làm chắc không ít thì nhiều cũng có phần khác hơn cách làm của người ta bên Tây hay bất cứ nơi nào khác.

Loan lại đùa :

- Con biết không, ngay cả tên bánh cũng được Việt hóa từ lâu rồi. Hổng tin, con về hỏi bà ngoại con coi. Bà Ngoại con kêu là '*bánh núm vú*' đó...

Ánh mắt Loan chợt toát lên nét tinh nghịch thuở nào, cô nàng bí ẩn mím môi che giấu một nụ cười bâng quơ nói:

- Mà ai cũng công nhận bánh núm vú Việt Nam mình ngon hơn núm vú Tây nhiều!

Thanh giựt mạnh vạt áo Loan, quăng về hướng nàng ánh mắt trách móc, sao nói chuyện với con nhỏ mà không biết giữ ý giữ tứ. Dung biết Thanh rất nghiêm túc trong việc dạy dỗ con cái, giả lả xen vào:

- Bà này sắp làm bà nội bà ngoại rồi mà còn ăn nói bạt mạng quá.

Loan chống chế :

- Tụi bây thiệt hổng biết tự hào dân tộc gì hết.

Mỹ Lệ vỗ tay cười ha hả, trước khi nhảy vào cứu bồ, nhắc lại chuyện xưa để giải vây cho Loan.

- Tánh bả mà tui bây lạ gì. Nhớ hồi năm cuối *Cours Moyen* (lớp nhì), tụi mình cũng lớn hết rồi chứ bộ, vậy mà lần đó sau giờ thể dục, khi trở vào lớp thay quần áo, bả đứng lên bàn la làng, '*Tụi bây tránh xa ra nha, đứa nào đứng gần ngu ráng chịu, tao giũ quần dơ nè.*'

Bốn chị em xúm nhau cười chảy nước mắt. Những giọt nước mắt chan chứa tình thâm, lung linh những khoảnh khắc chia sẻ ngọt bùi sống mãi trong lòng họ. Câu chuyện Mỹ Lệ vừa nhắc lại vô tình đưa Loan về với chuỗi ngày vô tư của một cô gái lớn lên trong nhung lụa, như một đóa hoa quý hiếm quen đón nhận những ánh mắt chiêm ngưỡng của bạn bè và người thân. Nào ai ngờ cánh hoa kia cũng không thoát khỏi số kiếp đàn bà Việt Nam, nổi trôi theo vận nước qua những chuỗi ngày yên bình sóng êm gió lặng thì ít, mà những lúc phải đương đầu với sóng to gió lớn thì nhiều. Nụ cười tuy luôn nở trên môi, vẻ kiêu sa luôn tỏa ra bên ngoài, nhưng chỉ là cái khiên phản xạ phát xuất từ một nghị lực vô bờ tiềm ẩn bên trong để chế ngự những nỗi đau trong lòng, hơn là những cử chỉ bẩm sinh phù phiếm để thu hút sự tán dương của đời. Đó là tâm trạng của Loan, dù trên danh nghĩa vẫn còn là vợ Nhân, nhưng phải sống cảnh phòng không chiếc bóng bốn năm nay. Sáng chiều phụng dưỡng mẹ chồng, chăm sóc đàn con.

Nhân, chồng Loan, sau khi tốt nghiệp ở Pháp về cảm thấy thất vọng vì lý tưởng phục vụ quê hương không xảy ra như mong muốn. Theo lời cha anh thì anh là kẻ sanh bất phùng thời. Du học ở Pháp trở về xứ vào một thời điểm mà ảnh hưởng của Mỹ đang chiếm ưu thế. Anh phục vụ trong ngành giáo dục, trước đây có chiều hướng thiên về đào tạo từng lớp trí thức ưu tú nặng phần lý thuyết với các triết lý xa vời, khác với khuynh hướng đào tạo nguồn nhân lực thực dụng của người Mỹ nhằm đáp ứng nhu cầu phát triển kinh tế và xã hội. Ngoài ra anh còn cảm thấy bất mãn trước nạn bè phái mà theo anh gần như là sự kỳ thị vùng miền trong ngành giáo dục. Ngay cả đối với các trường trung học công lập lớn ở Sài Gòn, quần chúng dù đúng hay sai ngầm hiểu là có hai loại trường: trường dành cho học sinh miền Nam, và trường dành cho học sinh miền Bắc. Dù là trường dành riêng cho nam sinh hay trường nữ đều có sự phân chia ngấm ngầm như vậy.

Nhân cảm thấy lạc lõng trên chính quê hương mình, và quyết định trở về Pháp. Hành lý chánh của anh gồm một cái *compas* (la bàn) và một tập bản đồ thế giới do anh mua ở nhà sách Khai Trí trên đường Bonard gần chợ Sài Gòn. Anh rời Việt Nam từ *Cap Saint-Jacques* (Vũng Tàu) trên một chiếc du thuyền cá nhân, và nhắm hướng Mã Lai mà đến. Anh đến được bến Singapore như mong muốn và quá giang một chiếc tàu qua Pháp. Người trên tàu nghĩ anh là một người mang quốc tịch Pháp, đã gặp nạn trên đường thực hiện một cuộc hải hành vòng quanh thế giới. Họ tin câu chuyện anh dựng lên chỉ dựa vào một thẻ căn cước cũ mà anh còn giữ làm bùa hộ mạng. Lúc đó cha anh đã xin cho anh vào dân Tây để được theo học tại trường Pháp Collège Chasseluop Laubat, sau đổi thành *Lycée Jean-Jacques Rousseau*, nằm bên hông dinh Toàn Quyền Pháp tại Sài Gòn. Đó là một trường trung học nổi tiếng trên toàn cõi Đông Dương thời bấy giờ. Ngay cả con trai của quốc vương Cambodge và nhiều vị hoàng thân quốc thích của xứ này và xứ Lào cũng từng theo học tại đây.

Thực ra tới ngày anh trở về Việt Nam để làm việc cho chánh quyền, thì theo luật định của Việt Nam anh đã phải từ bỏ quốc tịch Pháp. Kế hoạch của Nhân sau khi trở lại Pháp là tìm cách phục hồi quốc tịch trước khi rước gia đình qua, nhưng sau hai năm anh có công ăn việc làm và sống chung với một cô đầm, thì mọi dự định đã đổi khác. Loan và mẹ Nhân thất vọng, không còn mơ ước ngày gia đình đoàn tụ nữa. Thư anh gởi về ngày càng thưa thớt, ngoại trừ năm thì mười họa gia đình nhận được vài gói quà nho nhỏ anh gởi cho các con. Thời gian trôi qua, không có mợ thì chợ cũng đông, nàng dâu tìm quên lãng trong công việc hằng ngày, lo chăm sóc, dạy dỗ con cái, và hầu hạ mẹ chồng. May mà cô dâu trong trường hợp này không phải vất vả kiếm cái ăn cái mặc như nhiều phụ nữ khác, vì gia đình nhà chồng khá giả từ mấy đời, trong nhà không thiếu kẻ hầu người hạ. Bổn phận Loan đối với mẹ chồng chỉ có mỗi việc chăm lo cho ô trầu của bà lúc nào cũng đầy đủ trầu cau, và phải là trầu Bà Điểm với cau Hóc Môn, không quá non mà cũng không quá già, theo đúng ý bà. Ngoài ra thỉnh thoảng thiếu tay đậu chénh, thì bà cũng trông cậy vào cô dâu Loan có thể thế tay, kéo vài chénh. Cứ vậy mà con thuyền trôi, ngày qua tháng lại, mẹ chồng nàng dâu hủ hỉ có nhau.

Sự xuất hiện thình lình của ba người đàn ông Nhựt, ở trần trùn trục bên giếng nước phía sau nhà, kéo Loan về thực tại. Nàng hối mấy bạn thu dọn bàn ăn chuẩn bị trở về Sài Gòn. Họ là ba kỹ sư Nhựt đến Việt Nam giám sát công trình trùng tu cầu đường trên xa lộ Biên Hòa sau mấy năm đưa vào sử dụng. Họ mướn mấy căn phòng tầng trệt ở nhà nghỉ mát của mẹ chồng Loan để ở tạm trong thời gian công tác tại đây. Mỗi chiều về đến nhà, chuyện đầu tiên họ làm là ra vườn kéo nước giếng lên tắm. Có tin đồn người Mỹ xây xa lộ Biên Hòa cho máy bay quân sự của họ có chỗ đáp khẩn cấp, phòng khi phi trường Tân Sơn Nhất bị pháo kích, nhưng người hiểu chuyện cho rằng nó nằm trong kế hoạch phát triển hạ tầng cơ sở về lâu về dài. Tuy nhiên một phần công trình này được giao cho chánh phủ Nhựt hoàn tất trong khuôn khổ của chương trình bồi thường chiến tranh của Nhựt. Sau Đệ Nhị Thế Chiến, Nhựt là một nước bại trận, chịu trách nhiệm đền bù các thiệt hại đã gây ra đối với các nước mà Nhựt đã chiếm đóng, trong số đó có Việt Nam. Dù sự *'đền bù'* chỉ có thể có tánh cách tượng trưng so với những mất mát và tổn thất mà chiến tranh đã gây ra, nhưng góp phần không nhỏ trong công cuộc kiến thiết xứ sở thời hậu chiến, như công trình xây dựng đập thủy điện Đa Nhim gần Đà Lạt là một thí dụ điển hình.

Trên đường về, khi xe bắt đầu rẽ trái vào đoạn xa lộ đã sửa xong, Dung ngoảnh mặt ra sau, dõi mắt về hướng Long Thành, bùi ngùi nhớ tới chồng. Mới đó mà hơn hai năm. Sau khi giải ngũ, Án xin vào làm huấn luyện viên tại Trung Tâm Huấn Luyện Cán bộ Xây Dựng Nông Thôn ở Vũng Tàu. Không được bao lâu, một ngày trên đường về thăm nhà, xe đò anh đi bị trúng mìn nổ tung. Dung đích thân ra tận ngã ba Long Thành nhận xác chồng. Nàng thương nhớ người chồng hiền lành mẫu mực, yêu vợ thương con, hiếu đễ với mẹ cha. Nàng tâm nguyện trọn đời chăm sóc mẹ chồng thay Án. Mấy năm trước, Án mượn lại máy thâu băng đã biếu Thanh, nhưng không để thu mấy bài nhạc Việt, nhạc Pháp theo thói thời thượng để mở *'bum'* chui, hay các buổi nhảy đầm lén. Từ ngày chánh phủ ban hành Luật Bảo vệ Luân lý ngăn cấm cờ bạc, mại dâm, và các tệ nạn xã hội khác, trong đó có cả luật cấm khiêu vũ, nhiều cô cậu vẫn lén lút tổ chức các buổi nhảy đầm tại tư gia. Trong hoàn cảnh đó họ buộc phải thay thế các ban nhạc sống mà họ ưa chuộng hơn bằng những chiếc máy thâu băng. Trong khi Án lại dùng máy thu âm để ghi lại giọng nói và những lời nhắn nhủ của cha mẹ trong lúc sanh thời. Anh còn mang về quê Rạch Kiến tìm đến từng nhà, để thu lại từng lời nói của ông bà nội ngoại, của bà cô, ông bác, ông chú. Anh muốn giữ đời các giọng nói thân thương tạo nên con người anh. Nhưng bản thân anh lại ra đi đột ngột chưa kịp để lại một lời nào trên cõi đời này cho vợ con. Chiến tranh có thể biến một tâm hồn thanh khiết thành một kẻ sát nhân, hay xóa sạch vết tích của nó trong chớp mắt.

  Xe đang đưa Dung về nhà chợt ép sát vào lề rồi dừng lại, nhường đường cho đoàn *convoi* xe nhà binh rầm rộ chạy ngang. Dung bâng quơ nghĩ về ba kỹ sư người Nhựt vừa gặp. Họ có thấy điều nghịch lý trong việc họ đang làm không. Công trình đền bù thiệt hại chiến tranh của họ, trên thực tế lại đang hỗ trợ một cuộc chiến tiếp theo.

#

Xe đưa Thanh về gần tới nhà, chỉ còn cách non hai cây số, thì đường bị nghẹt cứng. Xe cộ phải xếp hàng dọc theo kinh An Thông Hạ chờ qua cầu chữ U. Từ xa nhìn tới, hai chiếc xe ủi đất của quân đội Mỹ như đang quần thảo bên kia bờ sông: chiếc chạy tới, chiếc chạy lui, giương bửng chứa đất khổng lồ trước xe lên, rồi hạ bửng xuống. Khuấy động một khoảnh trời làm bụi đất tung bay mịt mùng. Quang cảnh đập phá thành vách hai kho lúa gạo bỏ hoang mấy năm nay bên bờ kinh diễn ra suốt ngày. Thay vào chỗ đó nghe nói lính Mỹ sẽ cất một kho quân nhu và một kho quân cụ. Mỗi chiều sau một ngày dài làm việc tưởng chừng dời non lấp bể, ngoài đường đầy mấy anh lính Mỹ trẻ tuổi, tươm tất trong y phục dân sự, quần Jean, áo ngắn tay, đủ màu đủ kiểu, lạ mắt đối với người dân bản xứ, quen thuộc với hai màu đơn thuần của quần đen áo trắng hơn. Vài anh lính trẻ thong dong đi lại khắp xóm tỏ vẻ sảng khoái yêu đời, tìm đến gợi chuyện với những gia đình hiếu khách có con em biết chút đỉnh tiếng Anh để học hỏi thêm về văn hóa Việt. Thường mấy anh đều có thể nói được tiếng Việt, dù có anh chỉ lấp ba lấp bấp vài câu xã giao. Có lời đồn họ đang làm công tác dân vận lấy lòng dân. Thực hư không biết sao, nhưng mấy anh đều có tác phong nho nhã, rất là Á châu, lại rất *gallant* với mấy bà mấy cô, nên công tác dân vận nếu có thì đã thành công được một nửa. Tiếc rằng thành công trong mặt trận này khó tránh chạm tự ái mấy chàng trai trong xóm. Hậu quả làm mấy anh Mỹ ngỡ ngàng, không biết đã phạm lỗi gì mà sau đó mỗi lần bước chân vào xóm thường bị mấy chàng trai nước Việt *'kênh'*. Khổ cho mấy anh lính Mỹ, sau khi vỡ lẽ phải làm thêm công tác địch vận, để lấy lòng *tình địch*. Cũng có tin đồn họ là người của CIA, cơ quan tình báo của Mỹ. Không biết thực hư ra sao, nhưng chắc một điều là mấy anh Xịa thiệt (tiếng lóng gọi CIA thời đó) được huấn luyện rất có bài bản tại nhiều trung tâm Việt Ngữ trên nước Mỹ. Điển hình là tại một trung tâm Việt Ngữ ở thành phố Honolulu trên đảo Oahu của Hạ-Uy-Di, nơi mà người ta có thể nghe mấy anh Xịa nói tiếng Việt sành sỏi, với cách phát âm và sử dụng ngữ pháp đặc thù của cả ba miền: Bắc, Trung, Nam.

Một số quân nhân Mỹ khác thích gọi xích-lô đạp đi đến các tụ điểm giải trí ở vùng lân cận, lại thường giành được tự mình đạp xe. Các bác đạp xích-lô lúc đầu khá ngỡ ngàng vì vừa được làm khách ngồi hóng gió, vừa được trả tiền. Sau quen rồi thì đòi thêm tiền *'cho Mỹ mướn xe.'* Đa số mấy anh lính trẻ thì túa ra các quán bar ở khắp Sài Gòn để nhậu nhẹt, khiêu vũ hay tìm tới các thú tiêu khiển khác thỏa mãn óc tò mò của con trai mới lớn, nôn nóng trải nghiệm mùi đời, háo hức tận hưởng những cảm giác lạ trên đất khách quê người. Dĩ nhiên thứ muốn nói tới ở đây là ... cần sa, thánh dược của dân Hippie, chủ trương *'Làm tình. Không làm chiến tranh'*. Cần sa không chỉ tìm được ở thành phố mà còn trong ba lô đeo theo một số lính Mỹ ra tận các tiền đồn. Đối với mấy anh này, đóng quân càng cao trên núi đồi cao nguyên càng tốt, không phải vì ưu thế địa hình, mà vì *Càng lên cao càng gần Chúa,* như mấy anh thường lẩm bẩm sau khi rít một vài hơi.

#

Ở xóm Cây Lý có anh Phong, sau hai năm trau dồi tiếng Anh ở Hội Việt Mỹ, vào nghề thông dịch được vài năm, đã xây nhà mới và mua xe mới. Hôm qua Phong vừa lái chiếc Vespa ra khỏi cổng nhà, gặp Chuột đang xách giỏ đi chợ cho cô Út, anh ngoắt nó lại gợi chuyện. Phong cho biết anh có quen một chị chủ *'bar'* đang cần người giúp việc. Giặt giũ, ủi đồ. Việc làm cố định, khỏi phải đi phất phơ trong xóm ai kêu gì làm nấy như tình trạng của Chuột hiện tại. Chuột tuy chưa bao giờ thấy cái *'bar'* ra sao, nhưng cũng có nghe nói tới. Nó nghĩ chắc má nó sẽ không đồng ý cho làm việc ở các chốn ăn chơi như vậy, nên chỉ trả lời ừ ào cho qua. Từ hôm qua tới giờ lời đề nghị của Phong vẫn còn lởn vởn trong đầu Chuột, dệt nên những giấc mơ kiếm tiền nuôi má nó, và hy vọng còn mua được cho bà các món ngon vật lạ mà nó từng thấy nơi nhà giàu có. Chuột chợt nghĩ tới việc hỏi ý kiến cô Út, vì biết má nó coi trọng cô Út lắm, nếu cô Út đồng ý thì thế nào má nó cũng nghe theo.

Ngồi dưới gốc cây trứng cá trước nhà nghe Chuột kể chuyện Phong chỉ chỗ cho nó đi làm ở một quán bar, Thanh nhíu mày suy nghĩ. Nghe tới hai chữ *'quán bar'* và nghĩ tới thân Chuột còn non dại, chuông cảnh báo nguy hiểm reo lên từng hồi trong đầu Thanh theo bản năng một người mẹ bảo vệ con, hay gần hơn trong trường hợp này là của một người chị cả bảo vệ đứa em út.

- Thường thì chị đã trả lời liền với em là không được, nhưng thấy thằng Phong là người tử tế và gia thế nó cũng đàng hoàng, nên chị không biết nói sao.

- Dạ em có nghe người ta nói cái này cái nọ về mấy chỗ bar đó. Nhưng em biết anh Phong từ hồi nhỏ tới giờ, nên nghĩ hổng lẽ ảnh gạt em sao.

- Gạt thì chắc nó không gạt. Chị chỉ sợ khi tới mấy chỗ sô bồ đó, con gái như em khó mà giữ mình.

- Nếu hỏi má em chắc bả cũng hổng chịu. Nhưng em thấy cứ ở quanh quẩn chỗ này làm gì ra tiền để chạy thuốc thang cho má em.... Gần cả năm nay cũng nhờ có thuốc chị cho, má em mới cầm cự được. Hổng lẽ cứ hết thuốc tới xin chị. Má em bả cũng ngại lắm.

- Chị biết hoàn cảnh của em. Nhưng ở đời không phải chỉ nghĩ tới tiền thôi. Lúc trước có chỗ quen biết giới thiệu với chị mấy mối làm ăn lớn, như cho Mỹ mướn xe, hay thầu giặt quần áo lính Mỹ. Chị từ chối hết. Mình đã trải qua thời Pháp, thời Nhựt, thấy biết bao cảnh đời như con thiêu thân cứ lao vào ánh đèn, để sau cùng bị thiêu rụi. Chị không có ý trách ai, mỗi người một hoàn cảnh. Ý chị chỉ muốn nói là nếu có thể tránh được thì mình nên tránh.

- Dạ em biết. Bây giờ mình tính sao vậy chị?

- Nếu được như thằng Phong nói, có việc làm ổn định thì cũng tốt. Không chừng sau một thời gian dành dụm được chút đỉnh, mình kiếm chuyện khác làm ăn.

- Vậy để em về xin phép má em. Em nói em có hỏi chị rồi nha chị.

- Phải ráng giữ mình nha em, đừng đua đòi với người này người nọ. Mình tới đó để giặt quần áo, thì cứ chăm chỉ lo làm công việc của mình. Ai sao kệ thiên hạ. Mỗi người một số phần.

- Dạ em biết.

Thanh vẫn chưa an tâm:

- Mình nghèo nhưng phải biết giữ gìn nha em. Nghĩ coi nếu có tai tiếng gì má em sẽ buồn ra sao...

- Dạ em hiểu ý chị. Em sẽ nhớ lời chị dạy.

Hôm sau Thanh lại tự tay sửa cái áo bà ba của mình cho Chuột mặc đi theo Phong ra gặp bà *chủ bar*.

#

Phong chở Chuột đến gặp chị Thúy *chủ bar*.

- Chị Ba ơi, đây là con Chuột ở trong xóm mà mấy bữa trước em nói với chị đó.

- Chà sao em giỏi vậy, biết bữa nay chị đang thiếu người.

Vừa nói Chị Thúy vừa đảo mắt quan sát Chuột từ đầu tới chân. Chị thoáng ngạc nhiên về khuôn mặt dễ nhìn của Chuột dù không chút phấn son trang điểm. Vóc dáng lại cao dong dỏng khoe một thân hình khá cân xứng.

- Bộ em làm bé ai hả?

Chuột nhướng mày cố hiểu ý chị Thuý, nhưng nghĩ không ra, lúng túng nhìn xuống mặt đất lẩm bẩm :

- Dạ đâu có, sao chị hỏi vậy.

Chị Thúy với tay xe xe vạt áo trước của Chuột rồi nói:

- Em biết loại 'soa' này mỗi thước giá bao nhiêu không. Nếu không được ai chu cấp mà em mặc nổi thứ này, thì em đâu có đi làm chi cho mệt.

Chuột hiểu ý chị Thúy nên đáp nhanh.

- Dạ áo này là của cô Út trong xóm cho em mượn.

Xoay qua Phong, chị Thúy trách:

- Người đẹp vầy mà em kêu Chuột này Chuột nọ, mất duyên con gái người ta hết.

Chị Thúy nhướng mắt dò xét Chuột từ trên xuống dưới thêm một lần nữa.

- Nè, em nói chị nghe, ở trong nhà em thứ mấy vậy.

- Dạ thưa chị em thứ sáu.

- Vậy chị kêu em là Sáu cho tiện nha...

Chị Thúy chưa nói dứt câu, một cô phục vụ phía trước hối hả chạy vô gọi chị ra bên ngoài, vì có khách mới tới đầy phía trước. Chị Thúy vội vã nhận cho Chuột tới giúp việc mỗi ngày, và sai nó ra phía sau phụ bà Tư giặt đồ.

#

Chiều nay một toán lính Mỹ nghỉ phép bất chợt kéo đến đông nghẹt. Nhằm bữa quán đang thiếu chiêu đãi viên, chị Thúy lúng ta lúng túng tìm cách giữ chân khách, sợ mất cơ hội làm tiền. Biết làm sao đây, chị thắc mắc, hôm nay gặp phải ngày quán có hai nhân viên bị cảm mạo cùng một lúc, phải nghỉ việc ở nhà. Chị Thúy bước ra sau lòng dạ rối bời, kéo ghế đẩu ngồi bên cạnh bàn ăn, uống tiếp ly cà-phê đá đang bỏ dở, nghĩ kế cứu vãn tình hình. Dõi mắt ra phía sân sau, chị thấy Chuột đang ngồi bên cạnh nhà tắm, giặt đồ trên sàn xi-măng, hai ống quần xăn lên tới gối để lộ cặp đùi trắng trẻo, thon thả. Mặc dầu là con nhà nghèo, phải đi làm thuê làm mướn từ nhỏ, nhưng dường như bụi đời không che nổi nét đẹp trời phú của Chuột. Trong đầu chị Thúy chợt lóe lên một ý nghĩ, mà thật ra không phải là lần đầu, nó đã nhen nhúm từ sau mấy lần chị để ý thấy nét con gái thỉnh thoảng hé lộ nơi Sáu.

- Sáu ơi, em đang làm gì vậy ... Lại đây chị nói này nghe nè.

- Dạ, em đang giặt đồ.

Vừa nói, Chuột vừa đứng dậy, vuốt nước xà bông từ hai cánh tay trần xuống thau, rồi quẹt vội hai bàn tay vào bên hông quần, chùi ngửa chùi xấp cho ráo nước, trước khi xỏ đôi guốc vào, chạy lúp xúp tới, đứng trước chị Thúy.

- Dạ chị kêu em.

- Ờ, chị có chuyện này muốn nói với em... Mấy bữa nay hết con Hồng xin nghỉ tới con Thủy bị bịnh không tới làm được. Con Thủy thiệt tình cũng biết lựa ngày nghỉ. Nhằm lúc quán đông khách như mấy bữa nay mà nó nằm nhà. Chị tính, hay là em lên phụ chị một tay nha.

Chuột chưa hiểu ý chị Thúy, giương mắt nhìn dò hỏi,

- Dạ thưa phụ chuyện gì vậy chị

- Ý chị muốn, em lên thế chỗ con Thủy dùm chị vậy mà.

Chuột chưng hửng, lính quýnh thoái thoát,

- Hổng được đâu chị ơi, em hổng dám đâu, má em biết được bả la em chết.

Chị Thúy là người từng trải, đoán trước được phản ứng của Chuột, nhanh nhẩu đáp:

- Em có làm gì đâu mà sợ. Em chỉ ở lẩn quẩn phía nhà trên, ngồi cầm khách, như tụi nó làm mỗi ngày vậy đó. Có làm sao đâu chứ.

Thấy Chuột cúi đầu tránh ánh mắt của mình, hai bàn tay vân vê vạt áo, tỏ vẻ lúng túng, khó xử, Chị Thúy tâm sự:

- Tại bữa nay nhà có chút chuyện, chị mới nhờ tới em. Em biết không, làm ăn thời buổi này đâu phải dễ.

Chị Thúy chỉ tay về hướng quần áo đủ màu đang phơi ngang phơi dọc trên sào, nói tiếp:

- Mới mấy tháng trước, ba cái đồ này tụi nó còn phải đem về nhà tụi nó để tự giặt lấy hết. Chỉ có mấy lúc gần đây, nhờ trời, quán mình được đông khách hơn chút đỉnh, tụi nó than không có thì giờ giặt ủi quần áo nữa, nên chị mới nhờ Cậu Phong giới thiệu cho một người đáng tin cậy tới phụ ...

Chị Thúy bỏ dở câu nói, quan sát vẻ băn khoăn của Chuột, chị nhấc ly cà-phê lên, hớp một ngụm cho thấm giọng, rồi nói tiếp:

- Nghe cậu Phong nói gia cảnh em khó khăn, má em lại đang bị bịnh, nên chị mới nhờ cậu Phong kêu em đến làm thử. Chị tính trước sau gì cũng nói cho em biết, nếu chuyện làm ăn được suông sẻ, chị có thể nhờ em ở lại đây giúp chị luôn. Chị trả lương tháng cho em. Cứ giữa tháng chị ứng trước chút đỉnh cho em xoay sở, tới cuối tháng chị đưa em hết phần lương còn lại.

Tim Chuột chợt đập liên hồi. Không còn nỗi xúc động nào hơn, vui sướng nào hơn. Hai tiếng '*lương tháng*' dù Chuột mới nghe lần đầu, nhưng cũng hiểu được ý nghĩa của nó. Nó là một điều không tưởng đối với Chuột. Nó nằm ngoài tầm mơ ước của Chuột. Từ trước tới giờ Chuột chỉ được trả khoán theo các việc làm lặt vặt, mà người trả công coi như đồng tiền bố thí cho gia đình Chuột. Số tiền lớn nhứt mà Chuột lãnh được cũng không quá năm đồng, đó là tiền công của trọn một ngày làm việc dài đăng đẳng, thường là từ tờ mờ sáng tới chạng vạng tối. Dù là lương ngày, đó cũng không phải là một số tiền cố định, mà tùy theo lòng tốt của người chủ nhà. Đôi khi chỉ nhận được ba, bốn đồng, Chuột cũng khúm núm cúi đầu cám ơn chủ nhà với nụ cười rạng rỡ, trước khi lủi thủi ra về. Dù chủ nhà có hỏi tới giá cả, thì câu trả lời mà bà Bảy dạy Chuột là

'*Dạ, bà chủ muốn cho bao nhiêu cho.*' Theo lời bà Bảy thì '*Phải nói vậy cho chủ người ta thương. Lần tới có chuyện làm, người ta mới nhớ tới mình, mà kêu lại phụ.*'

Nhớ lần đầu Chuột cầm được tờ giấy năm đồng trong tay, ý nghĩ trước tiên đến với Chuột là có thể mua được năm khúc bánh mì chan '*nước cá*'. Ngay trước cửa chòi lá của Chuột là một bãi cỏ hoang, mà sáng nào '*chị Tư bán bánh mì*' cũng bày hàng trên cái bàn nhỏ thấp lè tè bên đường bán hai món ăn sáng phổ thông - bánh mì thịt và bánh mì cá. Nhiều lần Chuột đứng nhìn chị lát từng khoanh thịt ba rọi mỏng vánh tươm mỡ, rồi gắp để vào giữa khúc bánh mì bán cho khách mà không tránh khỏi cơn thèm thuồng. Còn bánh mì cá mà chị Tư bán, dùng thứ cá mòi hộp của Ma-rốc có pha sốt cà chua. Biết khách hàng thích thứ nước sốt này, chị pha thêm chút nước giấm đường để có đủ mà chan cho khách. Thỉnh thoảng Chuột cũng có dịp ăn bánh mì của chị Tư, thường là những lúc vừa khỏi bịnh nhưng vẫn còn yếu, bà Bảy muốn Chuột được sớm lại sức, mới đưa cho một đồng để mua bánh mì ăn. Giá một khúc bánh mì cá là 2 đồng. Chuột với vỏn vẹn một đồng bạc chỉ có thể mua được bánh mì chan nước sốt cá thôi.

Sáng nào bà Bảy cũng nấu một nồi cơm để ba mẹ con ăn cữ sáng và cữ trưa với một ơ cá kho, mà thường phải hâm đi hâm lại ăn vài ngày. Cá dưới sông thì nhiều, chịu khó đi bắt lúc nào cũng có, nhưng mẹ con Chuột kiếm đâu ra đủ tiền mua gạo, mua củi để nhúm lửa nấu ăn mỗi ngày ba buổi. Má của Chuột già cả không còn làm việc nặng nhọc được nữa, nên mỗi ngày đi mót củi nấu cơm, mà vì người ta ngày càng đông, củi mót được ngày một ít ỏi hơn. Nên ba mẹ con lúc trước phải ăn nhiều rau độn cho đỡ đói. Mà nhờ trời, rau cỏ thì không thiếu gì. Muốn rau cần cua và rau má thì ra ngoài sau vườn nhà Bà Tư ở đầu đường mà nhổ, miễn là phải xin phép bà Tư một tiếng thôi. Muốn ăn bắp chuối, thì leo tường vào sân sau của kho lúa gạo bỏ hoang gần đó, lựa một bắp chuối non đốn đem về, sắt nhuyễn ra làm rau chấm nước cá kho tiêu.

Miên man nghĩ tới gia cảnh của mình, rồi nghĩ đến người mẹ bị bịnh, đang đợi mình đem tiền về mua thuốc, Chuột thấy khó cưỡng lại sức hấp dẫn có khả năng đổi đời qua lời đề nghị của chị Thúy. Hơn nữa, dù còn trẻ, nhưng nhờ ra đời sớm, Chuột không thể không nhận ra được trong lời tâm sự của chị Thúy, còn có hàm ý nhắc nhở Chuột về tình trạng bấp bênh của việc làm của Chuột ở đây nếu không nghe lời chị Thúy. Biết vậy nhưng Chuột vẫn do dự và viện cớ thoái thác:

- Kỳ lắm chị ơi, em đâu có áo dài mặc để ra đứng ngoài trước. Mà có ra ngoài đó đi, gặp khách em biết nói gì đây. Hồi nào giờ, em đâu biết nói chuyện gì với ai. Huống hồ gì họ lại là người nước ngoài, em đâu có biết tiếng họ mà nói.

Chị Thúy mừng thầm cá đã cắn câu, nên nhanh nhảu đáp:

- Đâu có khó khăn gì. Em ra đó ngồi uống nước làm bạn với khách, như mấy đứa tụi nó làm vậy, chứ có nói năng gì đâu. Chị biết, lần đầu ai mà không bỡ ngỡ, để chị dặn thằng Đông vừa bán rượu vừa dòm chừng, nhắc nhở em. Có chuyện gì muốn biết em cứ hỏi nó, nó sẽ chỉ cho. Em đừng ngại.

Chị Thúy đứng dậy, thân thiện nắm tay Chuột, 'Thôi vậy đi há, em đi phơi đồ đi, rồi lên phòng chị. Chị kiếm áo dài cho em. Ở nhà này, thiếu gì thì thiếu, chứ đâu có thiếu quần thiếu áo đâu mà em lo.' Chuột miễn cưỡng gật đầu, 'Dạ' một tiếng nhỏ, rồi đi ra sau vườn phơi quần áo. Chị Thúy về đến phòng nhấc điện thoại gọi Hồng, đã xin nghỉ ở nhà hai hôm nay, lo cho đứa con trai ba tuổi bị sốt mê man phải đem vào bệnh viện. Sau vài câu thăm hỏi, nghe nói bệnh tình con của Hồng có phần thuyên giảm, chị kêu Hồng lấy Taxi đến ngay để phục sức cho Chuột *'trước khi cho nó ra trận'*, chị Thúy và lả pha trò rồi phá lên cười. Vừa gác điện thoại xuống, chị Thúy lại nhấc lên kêu thím Tư chuyên làm móng tay móng chân đến phục vụ cho Chuột.

Phơi quần áo xong, Chuột hồi hộp lê những bước chân nặng trĩu vào nhà trong, rón rén bước vào phòng chị Thúy mà hằng ngày Chuột từng thoải mái ra vào để mang quần áo dơ đi giặt, nhưng hôm nay lòng Chuột tràn ngập một nỗi lo vu vơ, cảm thấy mình sắp làm một điều mà có lẽ không nên làm. Chị Thúy thoáng nhìn thấy Chuột vội kêu lên, '*Em lại đây coi nè ...*'. Vừa nói chị Thúy vừa chỉ tay về hướng bốn chiếc áo dài màu sắc rực rỡ mà chị trải ra bên mép giường, để so kích thước, xem cỡ nào vừa với Chuột. Trỏ tay vào cái áo dài màu tím, Chị nói:

- Áo này của con Hồng nè. Chị nghĩ cái '*co*' em chắc cũng cỡ của nó, đâu em mặc vào thử coi có vừa không. Nếu thấy chật, em thử cái áo xanh của con Thủy, nó hơi rộng hơn một chút, nhưng chiều dài chắc được, vì hai đứa tụi nó đều cao xấp xỉ như em. Em nhớ mặc thử cái quần *Musselin* trắng của con Hồng luôn, để coi có cần lên lai gì không, rồi em ngồi đây chờ con Hồng tới nó lo hết cho em. Tội nghiệp con nhỏ, con nó bị bịnh ở nhà, mà nó cũng ráng tới để lo cho em đó. Chị phải ra phía trước tiếp khách một chút, họ không thấy chị, họ không vui.

Ngồi lại một mình trong căn phòng đầy nhung lụa của những con nhộng diễm phúc sanh ra trong kén tơ trời êm ả, nực mùi dầu thơm mắc tiền, Chuột nghĩ trong lúc lơ đễnh rảo mắt quanh phòng. Phía trước

Chuột bên cái ghế trường kỷ cẩn ốc xà cừ là cái tủ sắt cũ kỹ với một vài mảng sơn xanh bị trốc, trên có bộ lư nhỏ và mấy cây nhang lớn cúng thần tài đang âm ỉ cháy. Kế bên là bàn phấn, bừa bãi các thỏi son đủ màu, mấy hộp phấn, bình nước hoa, mấy cây chì màu kẻ chân mày. Tại góc bàn là một máy sấy tóc mua từ PX của lính Mỹ, bên cạnh nhiều ống quấn tóc, vài ba cây lược lớn nhỏ và bàn chải tóc. Trước kiếng soi mặt là hai hộp bánh ngọt ngoại quốc đựng đầy nữ trang, với nhiều chuỗi ngọc trai, bông tai, giây chuyền, nhẫn đeo tay đủ các thứ.

Hết nhìn xung quanh, Chuột lại ngao ngán nhìn xuống bốn chiếc áo dài nằm phơi mình sóng soài trên giường, như bốn cô gái hớ hênh đến bất cần, đang buông thả theo định mệnh sau cơn vui thác loạn. Chuột uể oải đứng dậy, do dự làm theo lời chị Thúy dặn, lúng túng thay vào bộ quần áo của Hồng. Chuột thoáng nhìn mình trong gương cảm thấy ngượng nghịu, sượng sùng, vội vã trở lại ngồi bên mép giường, như để lánh xa thế giới xa lạ vô định mang tên *'Sáu'*, và tìm về với thế giới quen thuộc, an toàn của *'Chuột'*, của chính mình. Trong thế giới đó, cái đẹp, miếng ngon, không phải là những thứ để Chuột hưởng thụ, mà để Chuột chăm chút cho *'Cô Hai'*. Từ nhỏ Chuột đã đến nhà bà Huyện làm công, thường để bà sai bảo vặt vãnh, như lau quét bàn ghế, chùi ô trầu, rửa ống ngoáy, chìa vôi cho bà, nhưng công việc chánh của Chuột là giặt giũ quần áo cho Phượng, cháu nội cưng của bà Huyện, mà Chuột gọi là cô Hai. Ngoài ra, mỗi trưa Chuột còn gọt cam, hay rửa trái cây để sẵn ở nhà bếp, chờ Phượng ngủ trưa dậy, đem lên phòng ngủ của Phượng trên lầu, *'mời cô Hai ăn'*. Thỉnh thoảng sợ Phượng ăn cam nhiều dễ nổi mụn, theo lời bà Huyện, bà sai Chuột ra chợ mua củ sắn về gọt cho Phượng ăn cho mát. Qua nhiều ngày tháng sống bên cạnh hầu hạ bà Huyện và gần gũi phục dịch cô hai Phượng, Chuột không chỉ là một người tớ trung thành, mà còn cảm thấy là một phần tử của gia đình, đang góp phần duy trì một nếp sống, một kỷ cương từ thế hệ trước của bà Huyện đến thế hệ sau của *'cô Hai'*.

Bấy lâu nay Chuột mãn nguyện góp phần xây dựng một thiên đường không có bản thân mình trong đó, chỉ vì không có sự lựa chọn nào tốt hơn. Hôm nay lần đầu tiên trong đời nàng có thể được tự quyết định số phận mình nên không tránh khỏi hoang mang. Nàng lo ngại trước những rủi ro đang chờ đợi, và trước những trở ngại thành kiến đã bao đời trói buộc cá nhân, nhưng lại phấn khởi trước ngưỡng cửa tương lai rộng mở, cho cái tôi tha hồ bay cao, tiến xa. Sau cùng, sức quyến rũ của hành trình khám phá bản thân đã đủ mãnh liệt để giúp nàng chấp nhận mọi hệ lụy của sự lựa chọn mang tính định mệnh này.

Trong lúc chiến trường sôi sục nơi nơi, hậu phương Sài Gòn đêm ngày bồng bềnh theo tiếng nhạc, át tiếng đạn bom. Ban đêm tiếng mõ giục hồn về tiên cảnh, ban ngày tiếng nhạc xua người vào canh bạc thế gian, với cái giá phải trả là thân phận một kiếp người hay cả mạng sống một đời. Dòng nhạc lãng mạn du nhập từ miền Bắc theo làn sóng di cư 1954 nhìn chiến tranh qua lăng kính màu hồng, nhẹ nhàng, phiêu bồng như những bước đi trên mây không còn thích hợp nữa. Từ đó dòng nhạc trở nên bụi đời hơn, trần tục hơn, với những '*Người chết hai lần thịt da nát tan.*'[9] hay '*Anh trở về, có khi là hòm gỗ cài hoa, Anh trở về trên chiếc băng ca.... Anh trở về, anh trở về bại tướng cụt chân.*'[10] Trong các xóm nghèo, những con người lam lũ mua vui trong quên lãng qua điệu vọng cổ buồn. Nhiều người trong xóm nay đã có '*ra-đô*', không phải nghe ké cái radio của ông quản Tư. Ra rả suốt ngày từ đầu hẻm tới cuối hẻm phát ra các điệp khúc mà con nít cũng thuộc nằm lòng:

'*Ngày mai đám cưới người ta,*

Cớ sao sơn nữ Phà Ca lại buồn.'[11]

Hết tâm tình của cô Sơn nữ lại đến nỗi lòng anh bán chiếu:

'*Chiều này tôi chẳng bán đâu, tìm em không gặp...*

Hò ơi... tìm em không gặp tôi gối đầu mỗi đêm.

...Ghe chiếu Cà Mau đã cắm sào trên bờ kinh Ngã Bảy,

sao cô gái năm xưa chẳng thấy ra chào'[12]

Giọng hát Thanh Nga, Út Bạch Lan, Út Trà Ôn khi thì cất vút lên cho thấu lòng trời cao, lúc lại xuống thấp đến nảo nuột đất dày.

Ngoài kia trên đường phố, chan hòa trong những ánh đèn màu lung linh thắp sáng vũ trụ, vang vang tiếng hát Thái Thanh, lâng lâng hồn sông núi, ngân ngân khúc hoan ca theo từng bước chân đoàn lữ hành trên con đường Cái Quan[13]. Tiếng hát làm sống dậy những bước khai phá giang san, mở mang bờ cõi, khơi dậy niềm tin qua hào quang của dĩ vãng vang bóng một thời. Nếu đó là tiếng gọi nắng của loài hoa Hướng Dương thầm trách đêm dài vô tận, thì thổn thức trong góc vũ trường là tiếng lòng của một đóa hồng lãng đãng trong sương, ôm ấp mộng bình minh chỉ tồn tại trong niềm hoài niệm. Giọng hát huyễn hoặc của Thanh Thúy rót đầy bao ly rượu lưng, chuốc cạn bao ly rượu đầy, bên anh phi công sau chuyến bay đêm[14], bên chàng lính trận vừa giã từ đồng đội gục ngã trên chiến trường, hoặc bên gã lãng tử cố tìm quên lãng trong hơi men, khói thuốc. Đó là giọng tỉ tê gói ghém trọn vẹn thân phận đàn bà Việt Nam, man mác nỗi buồn ẩn ức, nhưng đời đời không than vãn trách cứ.

Trong Xóm Cây Lý, Đội Cừ ngồi chờ sốt ruột ở quán Xít Tê, vừa thấy bóng dáng ông quản Tư và thầy giáo Hai từ đầu chợ cà rịch cà tang đi tới đã hỏi:

- Xe đạp của mấy ông đâu rồi, sao bữa nay đi bộ vậy?

- Xe thầy giáo bị đứt *sên*, bỏ chỗ thằng Năm cho nó sửa. Tôi đi bộ với ổng cho vui.

- Làm tôi chờ mấy ông tự nãy giờ.

Anh chủ quán biết ý khách hàng quen thuộc lâu nay, mang ra một ly cà phê sữa cho ông giáo và một ly cà phê đen cho ông quản. Đội Cừ nôn nóng muốn biết Hòa Đàm Paris tới đâu. Mỹ sẽ phủi tay ra đi hay còn tiếp tục ở lại Việt Nam. Tình hình đất nước rồi sẽ ra sao? Ngược dòng thời gian, mối lo lắng này dường như không mới mẻ gì, lịch sử cứ lập lại, hết thời Pháp tới thời Nhựt, rồi bây giờ là thời Mỹ. Cuối cùng thì cũng bao nhiêu nỗi lo âu đó. Đất nước này rồi sẽ rơi vào tay ai? Đội Cừ cảm thấy lời thầy giáo Hai phán gần 20 năm trước vẫn còn ứng nghiệm. '*Việt Nam mình chỉ như một con cờ, nằm trên bàn cờ của mấy ông Tiên trên trời. Mình là con chốt mấy ổng khiển đi đâu thì đi đó. Buồn buồn mấy ông thí luôn, mình cũng chịu thôi. Mấy ông Tiên này tuy ở trên mặt đất nhưng nền văn minh khoa* học kỹ thuật của mấy ổng vượt mình quá xa, bằng khoảng cách từ dưới đất lên tới trên trời chứ hổng chơi. Nên mấy ổng muốn làm mưa làm gió gì mấy ổng làm.'

Đội Cừ chờ sau khi mọi người nhăm nhi mấy hớp cà phê cho thấm giọng, mới bắt đầu vô đề.

- Thầy giáo có *tuy-dô* gì về Hòa đàm Paris?

- Không có gì nhiều. Báo chí chắc cũng không hơn gì mình, nên nói toàn chuyện bá láp.

- Chuyện gì vậy ông?

- Thì họ phanh phui mấy chi tiết giựt gân về chuyện ông Cố vấn An Ninh Mỹ đi đêm với Trung Cộng đó mà. Tào lao nhứt là họ còn bày chuyện phân tích cái tên của ông ta nữa.

- Tiến sĩ Kis ... gì đó hả thầy?

- Đúng rồi. Ông Kissinger. Báo chí họ nói, tên ổng vừa có chữ 'Kiss' là 'hôn' và chữ 'singer' là 'ca sĩ'. Từ đó họ kết luận, thằng cha này sẽ không làm ra trò trống gì. Tại vì, ai có thể vừa ca mà vừa hôn được đâu.

Đội Cừ cười ha hả quên hết mọi phiền muộn. Sau đó mới vỡ lẽ, không ngờ báo chí Việt Nam đoán trúng *phoóc*, dù phương pháp có hơi ba trợn. Mục đích của Mỹ là thương lượng để rút quân trong *danh dự*,' và họ đạt được một thỏa thuận tại Paris như họ mong muốn.

Mấy tháng sau, quán chị Thúy vắng hẳn khách. Chuột từng lo lắng cái ngày hôm nay sẽ xảy ra. Bên ngoài trời vẫn còn mưa lâm râm vài hột, Chuột khoác vội lên người chiếc áo mưa Hồng Kông do bạn chị Thuý gạ bán tháng trước, phóng xe Honda *dame* về gặp Thanh. Thanh hỏi,

- Làm gì mà bộ tịch hớt ha hớt hãi vậy?

Chuột thận trọng nhìn trước nhìn sau, trước khi bước tới nói nhỏ bên tai Thanh:

- Ngày mai là em hết đi làm luôn rồi Út ơi.

Thanh dù đã biết trước sẽ có ngày hôm nay, nhưng vẫn cảm thông với nỗi lo âu của Chuột, bâng quơ hỏi:

- Vậy em tính sao?

- Cũng may nhờ Út giúp, dành dụm được chút đỉnh hai năm nay. Trời cho bao nhiêu mình xài bấy nhiêu, chứ biết sao bây giờ hả Út.

Thanh an ủi,

- Ừ, thì hồi trước em có đồng nào đâu, mấy mẹ con cũng sống qua ngày.

Sau một lúc tư lự Thanh tiếp,

- Nói thiệt, chị cũng có phần nào mừng cho em. Không chừng vậy mà tốt hơn. Tiền của em để dành tới nay cũng có trên chục ngàn đô, đủ làm vốn mở tiệm buôn bán với người ta. Má em bả cũng mừng. Chứ cái kiểu như mấy tháng nay, bả mà biết được chắc bả từ em luôn.

Thanh với tay lấy sâu chìa khoá trên bàn làm việc, đi vào phòng ngủ mở tủ sắt lấy tiền của Chuột gởi bấy lâu nay. Hai chị em ngồi bên mép giường, Thanh trao Chuột hộp bánh *biscuit*, bên trong đựng đầy mấy xấp tiền đô-la xanh, và một số đô-la đỏ, một loại giấy bạc dành riêng cho lính Mỹ xài mà Chuột chưa có dịp đem đổi. Tổng cộng được gần mười hai ngàn rưỡi. Thanh buộc Chuột phải đếm lại kỹ lưỡng từng đồng. Ngồi nhìn Chuột tay chân cuống quýt trước số tiền lớn như vậy, Thanh lại đâm lo, nhắc lại lời khuyên lúc trước với Chuột:

- Em nhớ không, chị thường nhắc em ráng để dành tiền, chừng nào đủ vốn mình kiếm chuyện buôn bán làm ăn.

- Dạ, bởi vậy em đâu dám ăn xài gì. Chỉ lâu lâu mua cái này cái nọ cho má em vui thôi. Em nhớ chị nói chừng nào em có đủ vốn, chị kiếm cho em một chỗ mua bán gì đó. Chị kiếm được chưa.

- Chị biết có người muốn cho mướn tầng trệt của căn phố lầu bên bờ kinh. Em thấy sao?

- Em mà biết gì chị. Chị làm ơn tính hết giùm em.

- Chị thấy chỗ đó giữa thị tứ lại ở gần hai ba cái trường học, nên mấy bữa nay trong bụng nghĩ hổng chừng mở tiệm 'bazar' bán đồ học trò chắc được. Lúc này sao trường sở mọc lên như nấm, đi đâu cũng thấy học trò với thầy giáo, cô giáo.

Chuột mừng quýnh lên với ý nghĩ mình sẽ là một bà chủ tiệm, nhưng nghĩ đến thực tế Chuột lắc đầu nguầy nguậy:

- Hổng được đâu chị ơi, em mà biết làm ăn gì, đọc chữ còn chưa trôi làm sao buôn bán... Có đếm tiền thì mặc may em đếm được, chứ đâu có biết tính toán lời lỗ gì.

- Được rồi, bước đầu chị sẽ lo cho em. Thét rồi quen chứ không sao đâu.

Trầm ngâm một lúc Thanh nhắn nhủ thêm:

- Nhớ đừng ăn xài phung phí nha em, người ta mà ngồi không ăn thì tới núi cũng sập. Chuyện tiệm quán mình tính là tính vậy, chứ cũng không biết nó tới đâu.

Chuột từ giã Thanh mang theo tâm trạng buồn vui lẫn lộn. Buồn vì mất việc không còn tiền vô từng xấp mỗi đêm và không biết trong những ngày tháng tới cuộc sống sẽ ra sao, nhưng cũng vui như vừa trút được một gánh nặng trên vai. Mỗi ngày đi làm trong lòng Chuột đều nặng trĩu mối lo ngày bà Bảy biết được cô hành nghề '*bán bar*'. Về gần tới nhà, Chuột thầm mong bà Bảy đang nấu cơm ở phía sau, để Chuột có dịp giấu tiền dưới gầm giường. Bước vào nhà không thấy mẹ, Chuột đinh ninh bà đang nấu cơm sau hè, nên cẩn thận nhét mấy xấp tiền dưới miếng nệm *mousse* phía bên nàng nằm mỗi đêm trước khi vuốt tấm *drap* giường lại cho thẳng. Sau khi đảo mắt xem xét kỹ lưỡng khắp giường cho tới khi an tâm không tìm thấy dấu hiệu gì để lại mà người ngoài có thể phát hiện được, Chuột bước ra sau nhà tìm bà Bảy, dù trong bụng còn phân vân không biết nên báo tin bị mất việc với mẹ lúc này hay không.

Trước sau gì cũng phải nói, nhưng nói sớm sợ mẹ buồn. Chuột chợt thấy mẹ đang nằm trên cái giường tre cũ bỏ phía sau nhà, lò nấu cơm lạnh tanh không củi lửa. Chuột giật mình,

- Ủa, má bị bịnh hả má.

Bà Bảy nằm co người, quay mặt vào vách không trả lời trả để gì. Chuột thêm lo lắng, cố lay mẹ dậy, dồn dập hỏi:

- Má có sao không má. Để con đưa má đi nhà thương nha?

Bà Bảy vùng vằng hất tay Chuột ra, nói:

- Thôi mầy muốn tao chết mà, để tao chết cho mầy vui.

Chuột chưng hửng:

- Má nói gì kỳ cục vậy má.

Bà Bảy vẫn nằm im thin thít. Chuột bắt đầu chột dạ, linh cảm có điều gì làm bà giận lắm, chứ không như mấy lần trước chỉ mắng chửi vài câu rồi quên. Chuột ráng gặng hỏi,

- Đang yên đang lành mà má nói gì vậy hổng biết.

- Thì mầy cứ đi hỏi hàng xóm đi.

Vớ lấy cái khăn rằn vắt ở đầu giường lau nước mắt, bà Bảy nghẹn ngào,

- Cả xóm người ta nói mầy lấy Mỹ đó.

Trời đất như sụp đổ. Đôi chân bủn rủn, Chuột ngồi sập xuống bên mép giường, ôm mặt khóc.

Số là hồi trưa có thím Tám trong xóm đang chuẩn bị đám cưới cho con trai, tới nhà định kêu Chuột cuối tuần đến giúp việc nhà cho thím. Bước vào nhà thấy cái giường nệm *mousse* trải *drap* hồng thẳng tắp kế bên cái tủ *buffet* bằng kiếng sáng trưng, thím sanh lòng đố ky, nói với bà Bảy:

- Chà, con Chuột lấy Mỹ coi bộ khá hả bà Bảy. Hèn gì mấy lúc sau này ít thấy nó, tui tính kêu nó tới phụ mấy ngày nhưng chắc điệu này, hổng được rồi.

Nói xong thím ngoe nguẩy bỏ đi, để lại một vết đâm đau buốt tận đáy tim bà Bảy. Bà tủi hổ, trốn vào nằm trong góc giường khóc. Bà vừa cảm thấy thương con, vừa trách con. Thương vì trong thâm tâm bà biết, '*Nó làm vậy cũng vì mình.*' Trách con sao quá dại. Bà thà chết đi với lương tâm thanh thản gặp chồng, hơn phải sống mà chịu tiếng đời gièm pha.

Chuột lau nước mắt, xin lỗi bà Bảy, phân trần mọi sự do Trời Đất dun rủi. Chuột kể lại chuyện có một nhân viên bị bịnh và người chủ nhờ cô thế chỗ, nên đã không thể từ chối. Chuột tuyệt nhiên không nói gì về lý do muốn chạy tiền thuốc thang cứu bà Bảy lúc đang bệnh nặng, vì sợ mẹ buồn. Bà Bảy vẫn không chịu rời khỏi giường, bà bỏ cữ cơm chiều, rút vô nớp ngủ.

Chuột thả mình xuống chiếc giường trống rỗng giữa ốc đảo hoang vu. Nàng trăn trở, không thể nào nhắm mắt, bao nhiêu tâm huyết như đổ sông đổ biển. Nàng nhận ra tất cả chỉ là ảo ảnh, chợt tắt ngúm như màu sắc cầu vồng tan biến trong chớp mắt sau cái vỡ bong bóng nước. Từ cảm giác tự do như chim trời bay xa vào những lúc phóng Honda trên đường vắng, tới cảm tưởng nghêu ngao giữa trời cao bao la, tự tin nơi giá trị bản thân qua lời khen của chủ, hay sau mỗi lần nắm trong tay cọc tiền đô-la dầy cộm do chị Thúy trao. Dù từ lâu nàng vẫn cam tâm sống trong thế giới mộng mị giữa bốn bức tường thành kiến dày đặt. Nhưng nó không buông tha nàng, nó tiếp tục xiết chặt vòng vây, đến độ phá vỡ túi sinh mộng ảo nhỏ bé của nàng. Nàng thấy ngột ngạt trong đêm dài lê thê ẩn hiện qua ánh đèn cạn dầu nhá nhem. Theo thói quen Chuột với tay lấy chai dầu trên bàn ngủ định châm thêm, nhưng cảm thấy là việc làm vô nghĩa. Nàng không cần thứ ánh sáng soi mói đời tư của mình, nàng muốn tìm một sự yên tĩnh trong bóng đêm. Chuột đặt chai dầu trở lại bàn. Lọ thuốc trụ sinh uống dở để kế bên đập vào mắt nàng. Chuột nhìn nó chằm chặp, bất động, trầm ngâm, và như đã tìm ra con đường giải thoát, mạnh dạn trút hết số thuốc còn lại ra tay, vốc vào miệng. Nằm vật xuống giường. Mãn nguyện trong thế giới riêng tư của một người. Tới trưa khi bà Bảy không nghe động tĩnh gì bên trong, bước vào quan sát thì đã quá muộn. Bà ôm xác con khóc lóc thảm thiết.

#

Trên đường đạp xe từ quán Xít Tê về nhà, thầy giáo Hai miên man nghĩ tới viễn ảnh đất nước sau ngày Mỹ rút quân khỏi Việt Nam. Mấy bữa nay thầy cố tình tránh né trả lời câu hỏi của Đội Cừ về dự đoán chuyện gì sẽ xảy ra, nhưng trong lòng thì đã rõ. Trong một cuộc chiến có lúc cần tới nửa triệu quân lính Mỹ mà vẫn chưa ngã ngũ, thì tương lai ra sao đã quá hiển nhiên nếu sức mạnh hậu thuẫn tương xứng không còn được duy trì. Thầy hoang mang không biết rồi đây sẽ ra sao. Trong cuộc đời ngắn ngủi trên trái đất này thầy đã trải qua thời Pháp, thời Nhựt, rồi thời Mỹ. Giờ tới thời gì nữa đây? Đất nước này sẽ đi về đâu? Thầy không muốn nghĩ xa xôi hơn.

Vừa rẽ xe vào con đường cái vắt ngang xóm Cây Lý, đánh dấu '*LVC*' trên bản đồ quân sự của lính Mỹ, thầy giáo Hai thấy từ xa, một chiếc xe tang chầm chậm lăn bánh đưa Chuột về nơi an nghỉ cuối cùng. Tới nơi thầy dừng xe đạp bên lề, nghiêm chỉnh ngả nón tiễn người ra đi, cùng là bày tỏ thái độ an ủi người ở lại. Theo thầy đó là '*Cử chỉ văn minh của Tây phương*' mà thầy học được, nhưng lần này Thầy cảm thấy nó mang ý nghĩa sâu xa hơn, ngoài sự biểu lộ tình chòm xóm hay tính nhân quần. Nó nhắc nhớ trên cõi đời này còn có những cái chết để bảo vệ ý nghĩa của sự sống, chứ không đơn thuần là một sự ra đi theo luật đào thải của thiên nhiên. Nghĩ về cái chết của con Chuột và một đời nuôi con giữ đạo của má nó, lại nghĩ đến tài cáng đáng việc nhà, việc nước của muôn vàn phụ nữ Việt qua bao cuộc chiến chinh, qua bao thời loạn lạc triền miên từ thưở lập quốc tới nay, thầy giáo Hai buột miệng tỏ lòng san sẻ:

'Thuở trời đất nổi cơn gió bụi,
Khách má hồng nhiều nỗi truân-chuyên;
Xanh kia thăm thẳm từng trên,
Vì ai gây-dựng cho nên nỗi này!'[15]

- Hết -

Chú thích

1. Ban Kích Động Nhạc AVT từ 1966 trở về sau gồm có các ca nhạc sĩ Lữ Liên (thay vì Anh Linh lúc bắt đầu thành lập), Vân Sơn và Tuấn Đăng.
2. 'Bạch Đằng Giang'; Nhạc Lưu Hữu Phước, Lời Nguyễn Thành Nguyên.
3. 'Khỏe Vì Nước'; Nhạc sĩ Hùng Lân.
4. 'Hè Về'; Nhạc sĩ Hùng Lân.
5. 'Nỗi Buồn Hoa Phượng'; Nhạc sĩ Thanh Sơn.
6. 'Ly Rượu Mừng'; Nhạc sĩ Phạm Đình Chương.
7. 'Ngày Hạnh Phúc'; Nhạc sĩ Lam Phương.
8. 'Đoạn Trường Tân Thanh' (Truyên Kiều); Nguyễn Du.
9. 'Ngụ Ngôn Mùa Đông'; Nhạc sĩ Trịnh Công Sơn.
10. 'Kỷ Vật Cho Em'; Nhạc sĩ Phạm Duy.
11. 'Người Vợ Không Bao Giờ Cưới'; Soạn giả Kiên Giang.
12. 'Tình Anh Bán Chiếu'; Soạn giả Viễn Châu.
13. 'Trường Ca Con Đường Cái Quan'; Nhạc sĩ Phạm Duy.
14. 'Một Chuyến Bay Đêm'; Nhạc sĩ Song Ngọc & Hoài Linh.
15. 'Chinh Phụ Ngâm'; Bản dịch Nôm của Bà Đoàn Thị Điểm (từ Chinh Phụ Ngâm Khúc của Đặng Trần Côn).

Tác giả

Tăng Quyền Vinh, Ph.D., P.Eng.
Adjunct Research Professor,
Department of Mechanical and Aerospace Engineering,
Carleton University,
Ottawa, Canada.
2021